மாவேந்தன்

திருமுருகன்காளிலிங்கம்

INDIA • SINGAPORE • MALAYSIA

ISBN 979-8-88833-391-4

திருப்படையல்

தமிழ்த்தேசியத்தின் செங்கோலுக்கு எனது எழுதுகோலை திருப்படையல் செய்கிறேன்.

தமிழுக்கும் தலைவருக்கும் எனது முக்கால வாழ்வையும் திருப்படையல் செய்கிறேன்.

பொருளடக்கம்

படைப்பு வணக்கம்

எனது தமிழ்த்தேசியப் பாக்களுக்கு பொருள் வேலி அமைத்து உயிர் காத்தருளிய ஆருயிர் அண்ணன் 'உயிர் வேலி' பிரபு கலியபெருமாள் அவர்களுக்கு என் படைப்பு வணக்கம்.

இயல்பு மாறாது இருக்க என் பாக்கள் நன்றாய் பாரில் இயல ஒய்விலும் இயல்ந்து கொடையருளிய ஆருயிர் அண்ணன் **'தகைசால்'** கார்த்திக் வேதகிரி அவர்களுக்கு என் படைப்பு வணக்கம்.

வேண்டத்தக்கது தரும் பண்புடைய பார் கொண்ட ஆருயிர் அண்ணன் **'திருநீறு நெடியோன்'** கருப்பையா சுரேசுகுமார் அவர்களுக்கு என் படைப்பு வணக்கம்.

அகம் அறிந்து அளவறிந்து வேண்டும் நிலை தீர எப்போதும் உடனிருக்கும் ஆருயிர் அண்ணன் **'உயர் குணத்தான்'** காளீசுவரன் இராசகோபால் அவர்களுக்கு என் படைப்பு வணக்கம்.

பேரன்பு பெருந்தகை என்று பார் புகழ வல்ல புறக்கால பெரும் புகழ் உடைய ஆருயிர் அண்ணன் **'அடைக்கலத்தான்'** இராச்மோகன் விடங்கன் அவர்களுக்கு என் படைப்பு வணக்கம்.

முன்னுரை இல்லாது முடிவுரை எய்த இருந்த வாழ்விற்கு அடைமொழி ஆயிரம் தந்தருளிய ஆருயிர் அண்ணன் **'அன்பிற்கினியன்'** பழனிசாமி சுப்பிரமணி அவர்களுக்கு என் படைப்பு வணக்கம்.

பாரதி கொண்டிருந்த வேட்கை உற்று பாரதி போன்ற பாவலர்களின் குறைகளை களைந்தருளும் ஆருயிர் அண்ணன் **'வண்ண நிலவன்'** பாரதிராசன் வல்லவன் அவர்களுக்கு என் படைப்பு வணக்கம்.

எமது புலமையைப் புவி உள்ளோர் அருந்த அரும் மருந்தாக அவனியில் விளங்கும் ஆருயிர் தம்பி **'பேரன்புக்கு அடியவன்'** நிறோசன் விசயகுமார் அவர்களுக்கு என் படைப்பு வணக்கம்.

வேர் விட்டு வளர வல்ல நூலுக்கு விதை இட்ட பெருந்தகையாம் ஆருயிர் அண்ணன் 'வனம்சால்' தினேசுகுமார் தியாகராசன் அவர்களுக்கு என் படைப்பு வணக்கம்.

உரிமையும் கடமையும் கண்ணியமும் கொண்டவர்க்கு தலை கணம் அற்று உதவும் ஆருயிர் அண்ணன் **'கரநிறையன்' உமாசங்கர் சிவசுப்பிரமணியன்** அவர்களுக்கு என் படைப்பு வணக்கம்.

அடைக்கல அண்ணன் என்று பா வடித்தாலும் பற்றாக்குறையாகும் அளவுடைய ஆருயிர் அண்ணன் **'நிறைகுளத்தான்' சதீசு நடராசன்** அவர்களுக்கு என் படைப்பு வணக்கம்.

படைப்பு உரிய இடத்திற்கு உரிய நேரத்தில் சென்று சேருவதற்கு உரிய முகவரி தந்தருளும் ஆருயிர் அண்ணன் **'வரலாற்றுப் பாவலர்' சேயோன்** அவர்களுக்கு என் படைப்பு வணக்கம்.

இனிமை மொழிக்கு இன்னல் தராது மொழியும் அன்புடையீர் ஆருயிர் அண்ணன் **'இன்சொல்' சுகந்தராசா நீதிராசா கார்த்திகேசு** அவர்களுக்கு என் படைப்பு வணக்கம்.

மனதிற்கு மகத்துவம் அளிக்கும் மகத்தான மருத்துவரும் எம் பாக்களுக்கு மருந்துமாகிய ஆருயிர் அண்ணன் **'பண்பின் நிறைமதி' பிரபாகரன் பழனியாண்டி** அவர்களுக்கு என் படைப்பு வணக்கம்.

தமிழன்னையிடம் வரங்களாக தொண்டுகளை மட்டுமே வேண்டி நிற்கும் ஆருயிர் அண்ணனின் நிறுவனம் **'தொண்டு' விதைக்கலாம்** அமைப்பிற்கு என் படைப்பு வணக்கம்.

துயர் துடைப்பதற்கே உயிர் கொண்ட உடனுறை ஆருயிர் அண்ணன் **'இனமே சனமே' செயரூபன் நடேசன்** அவர்களுக்கு என் படைப்பு வணக்கம்.

மூத்தோன் என அகவை குறித்தாலும் ஊங்கனோன் என்றே இயல்பு குறிக்கும் ஆருயிர் அண்ணன் **'குணவன்' அரங்குளலிங்கம் கணேசன்** அவர்களுக்கு என் படைப்பு வணக்கம்.

தேநீர் இடைவேளை போன்று இதயத்திற்கு ஆறுதல் வழங்க வல்ல ஆருயிர் அண்ணன் **'மதுரம்' சேசுராசு சந்தியாகு** அவர்களுக்கு என் படைப்பு வணக்கம்.

எமது தமிழ்த் தொண்டில் சிறியேனும் என்று கூறாது இருக்க ஆய்ந்து உழைத்த ஆருயிர் நங்கை **'நன்மொழியாள்' நந்தினி மனோகரன்** அவர்களுக்கு என் படைப்பு வணக்கம்.

படைப்பின் ஆன்மாவிற்கு அழகுற ஆடை தைத்து தந்த ஆருயிர் அண்ணன் **'ஆன்மக் கலைஞன்' நிசான் அன்ரன்** அவர்களுக்கு என் படைப்பு வணக்கம்.

●

வடகிழக்குப் பருவமழை

திசைகள் அனைத்தையும் இயற்கையே
வார்த்தது;
எங்களுக்கு ஐயமில்லை.
அந்தத் திசைகளை தமிழினமே எட்டாய்
வகுத்தது;
மாற்றுக்கருத்தில்லை.

எண்திசை ஆண்டதற்கு வரலாறுகள்
சாட்சி.
'தென்திசை' என்று மட்டும் யாவரும்
சுட்டுவதற்கு
வடதிசையோடு 'ஒன்றியக்கட்சிகளே'
சாட்சி.

தீவில் திக்கனைத்தும் எமக்கே உரிமை.
அறிந்திருந்தும் வாழ
வந்தவரை வருத்தி புரியவில்லை தீமை.

எங்கள் வாய் திறந்து வடக்கு, கிழக்கு
கேட்டோம்;
தாம் தரவில்லை.
உமக்கு இருக்க இடந்தந்தோரை இடம்
பெயர்ந்திடச் சொன்னீர்;
இனியேனும் பொறுப்பதற்கு ஏதுமில்லை.

நரக காலத்திலும் கூட நகரமாய்
வைத்திருந்தோய்.
நகரமாகவே தாம் தந்திருந்தால்
சொர்க்கம் போல் யாற்றி அதை
வைத்திருப்போம்.

ஆம்.
கேட்ட இரண்டு பகுதிகளை மட்டுமல்ல;
கேளாத எமது மீதி பகுதிகளையும்
சொர்க்கமாய் மாற்றி வைத்திருப்போம்.

மண்ணைச் சேராத மழையின் துளிகள்
தூற்றப்படும்.
பூர்வ மண்ணைச் சேராத எந்த இனமும்
பாழ்படும்.

வடகிழக்குப் பருவமழை,
பருவம் தப்பலாம்.
ஆனால் மழை தப்பவே தப்பாது!

●

02 மாவேந்தன்

ஒப்பற்ற மொழி அவருக்கு ஒப்பு.
புனையாத புத்தகங்கள் போன்று பொறுப்பு.

தெய்வங்கள் தேடி அலைகின்ற கற்சிலை.
உயிரினங்கள் நாடுகின்ற குரல்வளை.
பட்சிகள் இளைப்பாறுகின்ற மரக்கிளை.

இருந்தவரை மரங்களுக்கு அவரே நிழல்.
கோபம் கொண்டாலும் கரை சேர்க்கும்
புயல்.

நாங்கள் வைக்கத் தயங்கிய முதல் அடியை
தயக்கமின்றி முதலாய் எடுத்து வைத்தார்.
திருப்பித் தர நினைத்த அந்த ஓர் அடியை
அச்சமற்று அவர்களுக்கு திருப்பித் தந்தார்.

ஆதலால்
மன்னராய் எமது நெஞ்சில் அவரை நிலை
நிறுத்தினோம்.
ஆனால்
அவரோ மக்களோடுமக்களாகவே தனைப்
பொருத்தினார்.

மக்கள் கொண்டிருக்கும் அறம் அவரது
முகம்.
அறத்தைக் கொண்டிருக்கும் உயிர்கள்
யாவுமே அவர் உருவம்.

பாவேந்தர்கள் பற்பலருக்கும் முதல் பா
இவர்தான்.
பாவேந்தர் ஆவதற்கு இவர்பா தவிர்த்து
வேறு எவர்தான்!

●

03 உடை

உடையின் மானத்தை வாங்கிய படைகள்
பல உண்டு இவ்வுலகில்.
ஆனால்
உடைக்கே மானத்தை வழங்கிய படை
ஒன்று உண்டெனில் அது நம் விடுதலைப்
புலிகள்.

உடையென்பது தோலை மூடி மறைக்கும்
முகமூடி அல்ல.
ஆன்மா அணிந்த முகமூடியைக் கிழிக்கும்
கூர்வாள் போல.

அறம் சுமந்த உடையின் அதிர்வெண்
அதிகம்.
அதை உடுத்துவது அறத்தின் உருவம்
ஆயின்
அவ்வுடைக்கு எழும் ஆயிரம் ஆயிரம்
பாயிரம்.

தொண்டன் போன்றே உடை உடுத்தும்
தலைவன்
எளிமையின் இலக்கணம்.
தன்னைப் போலவே தொண்டனையும்
உடை உடுத்த வைப்பது
நேர்மையின் இலக்கணம்.

மண் அங்கீகரித்த உடைகள் மக்காது.
மாக்கள் அங்கீகரித்த உடைகள் மாசு
படாது.

ஒருநாள்
அந்த உடையை திரும்பி அணிகின்ற
காலம் வரும்.
இவ்வுலகமே அந்தஉடையை விரும்பி
அணிகின்ற காலமும் வரும்.

உடைகள்
உடலில் தங்குபவை அல்ல.
உளமார உள்ளத்தில் தங்குபவை!

●

04 வீரத்தாலாட்டு

தாய்மார்கள் எல்லோரும் குழந்தைகள்
துயிலவே பாடுவார்கள் தாலாட்டு.
ஆனால் பார்வதி தாயார் மட்டும் துயில்
கலைந்திடப் பாடினார் ஒரு பாட்டு.

வான் பறக்கும் பறவைகள் எச்சங்கள் இடும்.
ஆனால்
நம் விண்ணில் பறக்கும் பறவைகள் மட்டும்
குண்டுகள் இடும்.

தலைகள் இட்ட குண்டுகள் நம் வயிற்றை
துளைக்கும்.
காலம் முழுதும் ஈழமே இதுதானென்றால்
நம் சந்ததி எங்கே பிழைக்கும்.

நம் வாழ்க்கையே நடைப்பயணத்தில்.
நாம் வளர்த்த கால்நடைகளும் பங்கு
கொள்கிறது நம் துயரத்தில்.

அடிக்கடி நாம் இடம் விட்டு இடம் மாறும்
சேதி
நாடோடியான பறவைகளும் நாய்களும்
அறியாதே.
போர்ச்சூழலுக்கு ஏற்ப நம் கால்கள் போய்
நிற்கும்
முகவரி எவைஎவையென்று நமக்குக்கூட
தெரியாதே.

நீருக்குள் கூட மூச்சு முட்டுவதில்லை.
ஆனால் நிலத்தில் மூச்சு முட்டுகிறது.

ஒவ்வொரு பள்ளிக்கூடத்திலும் சுரங்கப்
பாதை.
வைக்கும் ஒவ்வொரு நடையிலும் தகன
மேடை.

இரக்கம் மனிதனுக்கு இன்றியமையாதது.
ஆனால்
அது நம்முடைய கால்சட்டை இறங்குகிற
அளவிற்கு தேவையற்றது.

ஆயுதத்தைத் தவிர்க்கச் செய்யும் சட்டங்கள்
வரவேற்கத்தக்கது.
அதேநேரம்
சட்டத்தைக் காக்க நாம் கையில் எடுக்கும்
ஆயுதமும் போற்றத்தக்கது.

ஒற்றை ஆயுதத்தை உன் கரங்களில் எடு.
அதுவும்
பகைமையை அழித்திடவும் இனத்தைக்
காத்திடவும்
பயன்படும் ஆயுதமாய் இருக்கும்படி எடு!

●

05 இறைவனுக்கும் மேல் என்பர்

ஆயுதமற்ற மனதில் அன்றாடம் கண்ணீர்
வடித்தோம்.
நம்பிய இறைவன் துடைக்க வரவில்லை!

மாணிக்கவாசகரை விடவும் அதிக முறை
திருவாசகத் தொண்டு புரிந்தோம்.
மாறுவேடம் பூண்டு கூட எங்கள்
எதிரில் கடவுள் தோன்றவில்லை!

உடலுள்ளே புற்று பரவும் அளவிற்கு கடும்
தவம் புரிந்தோம்.
வரம் வேண்டாம்;
எமது சாபங்கள் நீக்கக் கூட மனமில்லை!

கொடுங்கோன்மை பற்ற வைத்த தீயில்
தினந்தோறும் தீ மிதித்தோம்.
எமக்கு மாரி தேவையில்லை;
எச்சில் கூட பொழியவில்லை!

'முக்காலம் நிறைந்திருக்கும் இறைவா'
என்று பாடியது பொய்.
இறந்த காலத்தில் மட்டுமே உயிரோடு
அவனிருந்தான் என்பதே மெய்.

இதிகாசங்களுக்கும் புராணங்களுக்கும்
இங்கு இடம் இல்லையென்றால்
இறைவனுக்கும் இங்கில்லை இடம்.
பழமை காலத்தில் நவீனம் மட்டும்
இருந்திருந்தால் தெரிந்திருக்கும் அவனது
தடம்.

இறைவன் கதையில் புனைவு இருந்தால்
உண்மை எதுவென்று எழுதியவரறிவார்.
இறைவன் கதையில் உண்மை இருந்தால்
புனைவு எதுவென்று இறைவன் அறிவார்.

எந்தத் தெய்வம் வந்தாலும் வழி விட்டோம்;
பிரிவினைகள் துறந்துவிட்டு வழிபட்டோம்;
எந்தப் பயனுமில்லை.
வேண்டுதல் வைக்கும் சக்தியைக் கூட
இழந்திருந்த சூழ்நிலை.

தெய்வம் நேரில் வராவிட்டாலும் தூதுவன்
வருவான் என்று நம்பினோம்.
நாங்கள் வாழும் படியான தூதை அவன்
கொண்டு வருவானென காத்திருந்தோம்.

அப்போதுதான்
அந்தத் துவக்கின் சத்தம் கேட்டது.

துவக்கு இட்ட சத்தத்தில் அமைதிப் பிறந்தது.
துரையப்பா மரணத்தால் எங்களுக்குள் ஒரு
நம்பிக்கை எழுந்தது.

அவர் வளர்ந்தார்.
கூடவே எங்களின் நம்பிக்கையும் வளர்ந்தது.

வேண்டுதல் வைக்காமலேயே அதை
நிறைவேற்றும் ஆற்றல் கொண்டவர்.
ஆதலாலே பிரபாகரனை இறைவனுக்கும்
மேல் என்பர்!

●

06 மண்

எரிமலை புதைந்து இருக்கும் மண் எங்கள்
சொந்த மண் என்றால்
அதன்மேல் படுத்துறங்கினாலும் எமக்குச்
சுடுவதில்லை.

விழிகளில் விழுந்த தூசி எங்கள் சொந்த
மண் எழுப்பியதென்றால் அது
துளியும் எங்களுக்கு உறுத்துவதில்லை.

வாகனத்தால் எங்கள் மேனியின் மேல் வாரி
இறைக்கப்பட்ட
சேறு எங்கள் மண்ணில் பெய்த மழையில்
உண்டானது என்றால் அதனால்
எங்கள் மேலே துளிக் கூட கரையுமில்லை.

எங்களைத் தடுக்கிவிட்ட கற்கள் எங்கள்
மண்ணில் முளைத்தது என்றால் தடுமாறி
கீழே விழுந்தாலும் எமக்கு வலிப்பதில்லை.

நீரில் மூழ்கும் வேளையில் அது எமது சொந்த
நிலத்தை நனைத்து ஓடும் நீராக இருக்கையில்
மூழ்கினாலும் எமக்கு மூச்சு முட்டுவதில்லை.

நிலம் பிளந்து உள்ளே நாங்கள் சென்றாலும்
அது எமது மண்ணாய் இருக்கும் பட்சத்தில்
மீண்டும் அன்னைக் கருவறைக்குள் செல்லும்
உணர்வே எழுகிறது.
ஆதலால் நாங்கள் செத்துப் போவதில்லை.

உலாவிடும் பேய்கள் எங்களின் மண்ணைச்
சேர்ந்தது என்றால் அவைகள்
எங்களுக்குத் தெய்வங்கள்!
குடி கொண்டிருக்கும் தெய்வங்கள் எங்களின்
மண்ணைச் சேராதது என்றால்
தெய்வங்களாகவே இருந்தாலும் அவைகள்
எங்களுக்குப் பேய்கள்!

●

07 ஈழம்

கரை சேர்த்த அந்தப் பரிசல் கரை சேர்ந்தது.
கதியானப் பரிசல் கதியற்றுக் கிடக்கிறது.
விதி மாற்றியப் பரிசல் விதியற்று வற்றிக்
கிடக்கிறது.
வங்கக்கடல் வந்தப் பரிசல் வளி(ழி)யற்றுக்
கிடக்கிறது.
கடலுமிழ்ந்த உடலாய் கரை ஒதுங்கியது.
பேச்சுக்கும் துணையான துடுப்பு இப்போது
நிரந்தர விடுப்புப் பெற்றது.
ஓலைப்பரிசல் ஓய்வில் இருக்கிறது.
சமத்துவப் பரிசல் பேதமின்றி அனைவரையும்
கரை சேர்த்தது.
பாரம்பரியப் பரிசலை பாரம்பரிய வழிகளில்
பாரம்பரியமானது துளைத்தது.
குழுக்களாய் பயணித்தப் பரிசல் தனிமையில்
தவிக்கிறது.
ஒயாத பரிசல் ஓட்டுநர் இன்றி ஓய்ந்தது.
கரை சேர்த்தப் பரிசலை அந்தப் பரிசலின் மூலம்
கரை சேர்ந்தவர்கள் கண்டும்காணாமல் போக
விசை செலுத்த ஆளின்றி புவியீர்ப்பு விசையில்
அசையாது முடங்கியது.

அது
கடல் அன்னையின் மடியில் படுத்திருக்கும்
மழலை.
தமிழினத்திற்கு உள்ளே அல்லாது வெளியே
துடித்துக் கொண்டிருக்கும் இதயம்.

பசி
தீர்ந்தவர்களால் புதைக்கப்பட்ட புதையல்.
கொடுங்கோன்மைக்கு சரியான நேரத்தில்
பயன்படும் அரசியல்.

உலகின் இரக்கத்தைச் சோதிப்பதற்காகவே
படைக்கப்பட்டது.
இரக்கமற்ற உலகால் இன்றும் சுவாசமின்றி
கிடக்கிறது.

நேச நாடுகளின் அரசியல் சண்டைகளுக்கு
பயிற்சிக்கூடம்.
அழிவு ஆயுதங்களை சோதித்துப் பார்க்கப்
பயன்படும் பாலைவனம்.

மனிதக்கறி இலவசமாக கிடைக்கும் சந்தை.
நிலத்தில் கால்கள் படாமல் நடக்கும் விந்தை.

ஈழத்தைச்
சுற்றியும் நீர் சூழ்ந்திருக்கிறது என்றே
இத்தனைநாளும் நினைத்திருந்தோம்.
ஆனால்
நீரால் சுற்றி வளைக்கப்பட்டிருக்கிறோம்
என்பதை இப்போதுதான் உணர்ந்தோம்!

●

08 கரும்புலிகள்

தமது இறந்த தேதியை இறந்த சேதியால்
உலகுக்கு நினைவூட்டியவர்கள்.
தாம்
பிறந்த பயனை இறந்து அடைந்தவர்கள்.

பகைமையின் கால்களுக்கு கண்ணி
வெடிகள்.
புலிகளின் பாதைக்கு தடை நீக்கிகள்.

சிங்களவர்கள் கனவிலும் காண விரும்பாத
படையே கரும்புலிகள்.
எதிரியின்
படைகள் சுற்றியிருக்கும் போதிலும் காற்று
போல் கரும்புலிகள் உள் நுழைவர்.

தாயகத்தின் வருங்காலம் கருதி தம்முடைய
வருங்காலத்தை ஈந்தவர்கள்.
விடுதலைத் தீபத்தில் தம்மையே திரியாக்கி
எரிந்தவர்கள்.

கொடையில் உயர்ந்த கொடை 'தற்கொடை'.
அதைக் கொள்கையாகக் கொண்ட படையே
கரும்புலிகள் படை.

பிறருக்கு இருளைத் தர தனை அணைப்பது
தற்கொலை.
பிறருக்கு ஒளியைத் தர தனை அணைப்பது
தற்கொடை.

புன்னகைத்தபடியே கரும்புலிகள் இறப்பது
நாம் அழாமல் இருப்பதற்கு.
முகவரியைக் கூட கூறிடாமல் கரும்புலிகள்
புரிந்த தியாகம் நாம் முகவரியை இழக்காது
இருப்பதற்கு.

கரும்புலிகளின் கல்லறைகள் என்பதே
காற்றுதான்.
நாம் சுவாசிக்கின்ற உயிர்க்காற்று கூட
கரும்புலிகளின் சாம்பல்தான்.

இரவு என்பது கரும்புலிகளின் அருவம்.
பகல் என்பது கரும்புலிகள் தந்த தீபம்!

●

09 மார்பு காட்டிய மகன்

தமிழீழம் மன்னவனின் மகன் அவன்.
கல்வி
பயின்றுக் கொண்டிருந்த மாணவன்.

தந்தை வீரத்தை தடை செய்ய தனையன்
தேவைப்பட்டான்.
ஏழு நிலை கொண்ட வாழ்வில் முதலாம்
நிலையிலேயே தடுத்து நிறுத்தப்பட்டான்.

பழம் பறிக்க வந்த கயவர்கள் மனம் கூட
பூக்களைப் பறிக்காது.
விசம் நிறைந்த அரவம் கூட பாதையில்
இருக்கும் அனைத்தையுமே கொத்தாது.

அரவணைப்பில் இருந்து இறங்கிய
மழலையை
அடுப்பில் அமர்த்துவது நியாயமா?
குருவியின் சிறகுகளைப் பொசுக்க
தீப்பந்தம்
ஏந்துவது உங்களுக்கே அடுக்குமா?

நெஞ்சைப் பிளந்து இதயத்தை வெளியே
எடுத்து தீயில் சுட்டு விட்டீர்.
சூழ்நிலையில் பொம்மைகளாய் இருந்த
எங்களுக்கும் ஊட்டி விட்டீர்.

அமைதியையத் தேடிய விழிகளில் இறுதி
வரைக்கும்
அமைதியாகக் காட்சி படவே இல்லை.
காட்சி அமைதியடைந்தபோது அதைக்
காண அவ்விரு விழிகளில் ஒளியில்லை.

மண்ணில் முகம் படவில்லை;
முதுகே பட்டது.
அதில்
மார்பு காட்டிய மகனின் வீரம்
வெளிப்பட்டது.

பாலச்சந்திரன்.
சிவன் தனது சிரத்தில் சூடியிருப்பதும்
'பால'ச்சந்திரனைத்தான்!

●

மண்ணில் முகம் படவில்லை;
முதுகே பட்டது.
அதில்
மார்பு காட்டிய மகனின் வீரம்
வெளிப்பட்டது.

10 கார்த்திகைப் பூக்கள்

அவை மண் சூடும் பூக்கள்.
அவை மண்ணுக்குள்ளே பூக்கும் பூக்கள்.

அவை வல்லினப் பூக்கள்.
அவை உதிர்ந்த பின்னே மலரும் பூக்கள்.

அவை புலன்கள் தாங்கியப் பூக்கள்.
அவை களத்தில் போரிடும் பூக்கள்.

அவை விடுதலைத்தீயை வளர்க்கும் பூக்கள்.
அவை எம்முடைய வரலாற்றுக்குப் பாக்கள்.

அவை தேன் சுமந்தப் பூக்கள் அல்ல.
அவை கந்தகத்தைச் சுமந்திருக்கும் பூக்கள்.

அவை கொள்ளைப் பூக்கள் அல்ல.
அவை கொள்கைப் பேசும் பூக்கள்.

அவற்றை கோடாரியாலும் சாய்க்க இயலாது.
அவை
கொடுங்கோன்மைக்கு சிறிது கூட பணியாது.

அவை பூத்திட்ட நோக்கமும் 'தமிழீழம்'.
அவை உதிர்ந்த நோக்கமும் 'தமிழீழம்'.

அவை தெய்வங்களைச் சேரும் பூக்கள் அல்ல.
எமக்குத் தெய்வங்களே அப்பூக்கள்தான்!

●

எண்ணெய் இல்லாமல் தீபம் ஒன்று எரிவது
சாத்தியம்?
ஆனால்
திலீபன் எனும் தியாக தீபம் ஒன்று எரிந்தது
சத்தியம்.

தாகத்தில் துடிக்கும் நாவிற்கு தண்ணீர்த் தர
மறுப்பது கொடுஞ்செயல்தானே.
காரத்தில் துடித்த திலீபன் தாகத்தை தீர்க்க
மறுத்த சிங்களம் மண்ணுக்கே வீண்தானே.

தலையில் அல்லாது வயிற்றில் திரி வைத்து
எரிந்த ஒரு மெழுகுவர்த்தி.
திலீபன் வைத்த வேண்டுதலை நிறைவேற்ற
தெய்வம் தேவையில்லை;
போதுமானது ஆளும் அதிகாரத்தின் உறுதி.

ஈழத்தில் இருந்தபடியே காந்தியைக் காப்பாற்ற
திலீபன் தந்த வாய்ப்பை இந்தியா நழுவ விட்டது.
தாய்ப்பால் தந்து பசியாற்ற வேண்டிய அன்னை
தேசமே திலீபனுக்கு கள்ளிப்பாலைக் கொடுத்தது.

அந்த நிலவு முழுமையாக தேய்ந்திருந்தபோது
அதற்கு அகவை பன்னிரெண்டு நாட்களே.
அந்தக் கதிரவன் தன் கதிர்களை மடித்தபோது
அதற்கு அகவை இருபத்தி மூன்று ஆண்டுகளே.

அவன் நினைவிழந்த வேளையிலும் கனவுகள்
செயலிழக்கவில்லை.
அவன் உயிர் துறந்த பிறகும் அவனுடைய பசி
இன்னும் தீரவில்லை.

உலகமே சேர்ந்து செய்த மாபெரும் சுரண்டல்
திலீபனின் உண்ணாவிரதம்.
ஒட்டுமொத்த உயிரினங்களும் கடைப்பிடித்த
மௌனத்தால் நிகழ்ந்தது திலீபனின் மரணம்.

ஆம்.
இம்முறை காந்தியை சுட்டுக் கொல்லவில்லை;
சும்மா இருந்துக் கொன்றது!

●

12 புதிய திசை

பாயும் புலி பொறித்த கொடியை ஏற்றிட
நாள்குறி.
நமது தமிழீழம் மலர்வதற்குத் தெரிகிறது
அறிகுறி.

தலைவன் மீண்டும் வருவான்
அவர் மாண்டு போகவில்லை
என்பது பொய்யில்லை உண்மை.
தலைவர் நடந்த தடம்தானே
நம் தலைமுறைக்குப் பாடம்
ஆவதும் பொய்யில்லை உண்மை.

சந்தனப்பேழைகளின் கதவுகள் திறக்கும்
ஓசை எங்கள் செவிகளில் கேட்கிறது.
சுற்றம் சூழ்ந்த முற்றத்தை எமது விழிகள்
பல்லாண்டுகள் கழித்து காண்கிறது.

அன்னைக் கடலலை இனி பிரேதங்களை
உமிழாது.
எங்கள் முகவரியை அடிக்கடி மாற்றுகிற
தேவையும் இருக்காது.

நாங்கள் சுவாசிக்கும் காற்றுக்கு இனிமேல்
விலையில்லை.
எங்கள் வீதியில் நாங்கள் நடக்க இனிமேல்
தடையில்லை.

மரண ஓலத்திற்கு இனிமேல் விடுமுறை.
வருங்காலம் எமது தலைவன் தந்த கொடை.

நாட்டைக் காத்த புலிகள் இனிமேல் வீட்டில்
தங்கட்டும்.
எம் அன்னை மண்ணைத் தின்றப் பகைமை
மங்கட்டும்.

தலைவன் சுட்டிய வழியில்தானே விரிந்தது
எமது தமிழீழ வரைபடம்.
பகலவன் எழுந்தத் திசை ஒன்றே என்றாலும்
எண்டிசையும் பயனுறும்!

●

13 அமைதிப்படை

மயான அமைதியை ஊருக்குள் செலுத்த
வந்தோர் ஒரு படை.
மாற்றம் நிகழும் என்று எண்ணியவர்க்கு
ஏமாற்றம் தந்த படை.

உடைக்குள் ஒளிந்திருந்த விசச் செடிகள்
பறித்தது பல மான்களின் உயிரை.
ஊர்ந்து செல்லுகின்ற கண்ணிவெடிகள்
பயமுறுத்தியது எங்கள் நடையை.

அவர்கள் எரிபொருள் சுமந்த மனிதர்கள்.
ஆனாலும்
மனிதர்கள் எரிக்க பயன்பட மாட்டார்கள்;
மனிதர்களையே எரிப்பார்கள்.

அவர்களுக்கும் அடித்தால் வலிக்கும்
அவர்களுக்கும் பிரிவில் நீர் சுரக்கும்
அவர்களுக்கும் உறவு முறை உண்டு
அவர்களுக்கும் வாழும் ஆசை உண்டு
ஆயினும் எமக்குப் புரிந்தனர் தீமை.
புல்லை அழிக்க புயலை ஏவிய கொடுமை.

அப்படையும் தவறு.
அனுப்பிய அடிப்படையும் தவறு.
அதற்கு வைத்தப்பெயரும் தவறு.

படையினர் பார்வைப் பட்ட திசை யாவும்
நரகம்.
படையினர் மூச்சுக் கலந்த காற்று கூட
விசம்.

தலைமுறையை உண்ட அசைவப் படை.
மூளை இதயம் இல்லாது அசையும் படை.

வரங்கள் நிறைந்த பூமியில் வந்திறங்கிய
சாபப் படை.
ஐம்பூதங்கள் அரவணைத்திட பயப்படும்
அமைதிப்படை.

அமைதியைக்கொண்டு வருகின்ற
படையல்ல;
அமைதியைக் கொன்று கொண்டு
போகின்ற படை!

●

14 மாவீரர்கள்

விருட்சங்கள் எமது மண்ணில் எழுந்திட
விதையாக விழுந்தவர்கள்.
நம் தாயகக்கனவு கலையாமல் இருக்க
மண்ணுக்குள்ளே துயில்பவர்கள்.

கழுத்தில் நஞ்சை சுமந்து உலவிய
வீரர்கள் எமக்கு ஈசனைப் போலே.
தியானம் செய்யாமல் புலிஉடை அணிந்து
களம் புகுந்து போரிட்ட விடுதலைப்புலிகள்
அந்த ஈசனுக்கும் மேலே.

மலையைத் தாங்கும் மண் போலே
மனங்கள்.
குடிகள் வாழும் குடிலைக் காக்கும்
நிலைக்கதவுகள்.

எம் புலிகள் நடக்கும் இடத்தில் தானாய்
அமையும் புலிக்குகை.
அந்தக் குகைதானே தலைவன் குரலை
உலகுக்கு உரைத்த தமிழ் மறை.

ஓயாமல் வீசும் காற்றைப் போல் பயணிப்பர்
உலகின் மூலைமுடுக்கெல்லாம்.
புறநானூறு பாடல்களை ஒற்றையாய் வார்த்த
உயிர்தானே இவர்கள் எல்லாம்.

இந்தக் காலத்தில் பிறந்த சங்க காலமே
எங்கள் தலைவன்.
தலைவன் கரங்கள் படைத்த புத்தகமே
விடுதலைப்புலிகள்.

மாவீரர்கள் மரணமும் வேரைப் போன்று
மண்ணுக்குள் இருந்து நன்மை பயக்கும்.
மறைந்திருக்கும் வேரை மறந்து விட்டால்
விருட்சம் தான் பிறந்த பலனை இழக்கும்.

யூகத்தின் அடிப்படையில் அடைந்திடும்
வெற்றிகள் மாவீரத்தின் இலக்கணம் அல்ல.
இழுக்குகள் இழைத்திட்டு வியூகத்தை
நிறைவேற்றுவது மாவீரர்களின் இலக்கல்ல.

இலக்குகளைச் சுட்டி தங்கள் இதயத்தை
இழந்தவர்கள் அல்ல புலிகள்.
எதிரிக்கும் தம்முடைய இதயத்தைப்
பொருத்தியவர்களே விடுதலைப்புலிகள்!

●

15 மாவீரர் நாள்

தாய் மண்ணுக்குள் இதயமாய் துடித்துக்
கொண்டிருக்கும் மாவீரர்களை நினைவு
கூறும் நாள்.
சந்தனப் பேழைக்குள் உறங்கிக்
கொண்டிருக்கும் கந்தகத்தை தட்டி எழுப்பி
உறுதி கூறும் நாள்.
வருடத்தில் ஒருநாள் விழிவிழித்துக் காக்கும்
ஆன்மாக்களை போற்றும் நாள்.
வருடத்தில் ஒருநாள் தவிர்த்து ஏனைய நாள்
விழிகள் மூடி தாயகக்கனவுகளைச் சுமக்கும்
மாவீரர்களுக்கு பா பாடும் நாள்.
அன்னை மண்ணின் அங்கத்தைக் காக்க
உயிர் அங்கத்தை இழந்த மறவர்கள் நாள்.
தமிழீழ மண்ணில் நாளை பறக்கவிருக்கும்
புலிக்கொடி மரத்திற்கு வேராய் இருக்கும்
தியாகிகளின் நாள்.

தமிழீழத் தேசத்திற்கு மாவீரர்கள் துயிலும்
கல்லறையே ஆலயம்.
பொய்யான மெய்யை மெய் என்றாக்கிய
தலைவனே இராச கோபுரம்.

இந்த நாளை மதங்களும் அரசர்களும் பங்கு
கொள்ள முடியாது.
மானம் பெரிதென்று வாழும் தமிழர்களுக்கு
இதைவிட பெருநாள் ஏது?

உயர் பெருமைமிக்க மரணத்தையும் அதன்
காரணத்தையும் அறியும் ஒருநாள்.
அறிந்து கொண்டால் அதற்கு செயல் வடிவம்
தந்தால் தேசம் அமையும் ஒரு நாள்.

மாவீரர் நாளில் புலிகள் ஏற்றிய சுடருக்கு
எண்ணெய் நாம் சிந்தும் கண்ணீரே.
கண்ணீரில் சுடர் வளர்ந்த காலம் முடித்து
எண்ணெயில் எரிய உறுதி எடுப்பீரே!

●

16 தம்பி

அண்ணன் காட்டும் வழிதானே நம்
தலைவன் நடந்த வழி.
அந்த வழியில் கிடக்கும் தடைகளை
நீக்கும் பணியை புரியடா தம்பி.

உனக்கான அரியணையில் அயலார்கள்
அமர்வது நியாயமா?
தமிழரசன் போல் நீயிருந்தால் தமிழர்க்கு
இதுபோல் நடக்குமா?

உலோகத்தில் இழைத்த வாளைச் சுழற்று;
வீழட்டும் கொடுந்தலைகள்.
மதியில் இழைத்த கூர்வாளை நீ சுழற்ற
வசமாகும் உமது அரசியல்.

கருத்தியல் கொண்டிருந்தால் களம் வா.
இல்லையென்றால்
கருத்தியலை ஏற்று களம் புகுந்தோர்க்கு
உமது கரங்கள் தா.

உடன்பிறந்தான் போன்று இருப்பது
சிறப்பு.
உடன் இருப்பேன் என்று உரைப்பது
பொறுப்பு.

குடிகள் அங்கீகரித்த ஆயுதமே குடிகளை
காக்கும் செங்கோல் ஆகும்.
அந்தக் குடிகள் அங்கீகரித்த வன்முறையே
வன்முறைகளை ஒழிக்கும் ஒரே தீர்வாகும்.

ஆம்.
குடிகள் அங்கீகரித்த வன்முறையும்
அகிம்சையே.
அகிம்சையாய் இருப்பினும் குடிகள்
அங்கீகரிக்காத பட்சத்தில் அது கூட
வன்முறையே!

●

 வேவுப்புலிகள்

அவர்கள்
பகல் நேரத்தில் நிலவின் கதிர்கள்.
இரவு நேரத்தில் கதிரவக் கதிர்கள்.

ஆம்.
அவர்கள் இருப்பது உண்மை.
ஆயினும்
இல்லாமல் இருக்கும் தன்மை.

உலாவிடும் காற்றில் எதிரியின் மூச்சுக்
காற்றை மட்டும் தனியே பிரித்தறியும்
மூளைகள்.
நடையை மட்டுமல்ல;
தங்களுடைய மூச்சைக் கூட எதிரியின்
கூடாரத்திற்குள் செல்ல விடாமல் உளவு
புரியும் வேவுப்புலிகள்.

வேவுப்புலிகள் தருகின்ற சேதியே
வெற்றியின் அடிப்படை.
சேர்ந்த சேதி செயலானால் புலிப்
படையை வெல்வது எப்படை?

வேவுப்புலிகள் மாண்டு விட்டால்
மாண்ட சேதி புலிகளைச் சேரும் முன்பே
இவர்கள் அங்கு புரிந்த சேதி கரைசேரும்.
வேவுப்புலிகள் மீண்டும் வந்தால்
சேர்த்த சேதி புலிகளைச் சேர்ந்த பின்பே
ஆழியின் வெற்றி கரையிலேயே
உறுதியாகும்!

●

18 பலியிடப்படும் சிங்கம்

உலகம் நெஞ்சில் சுமக்கும் எங்களை;
அதனால் ஒன்றுக்கும் ஆவதில்லை.
உயிரற்ற குடில் சுமக்கும் உயிர்களை;
அதுபோல் ஈடு இணை ஏதுமில்லை.

வாழுகின்ற வரையே உணவும் உடையும்.
ஆனால்
மாண்ட பிறகும் கூட நிலம் தேவைப்படும்.

கடல் எங்களுக்குக் கடல்தான்.
ஆனால் கடல் உங்களுக்கோ
வியாபாரக்கடை போல்தான்.

இயற்கை எங்களுக்கு அளித்த கொடை
ஒன்றை படை வைத்து அபகரித்தீர்.
விசத்தை அள்ளிக் குடித்து உயிர் வாழும்
நீங்கள் அமிர்தத்தை எப்படி விட்டு
வைப்பீர்?

தங்கம் கிடைத்த பூமியில் அங்கங்களே
இப்போது கிடைக்கிறது.
அவ் அங்கத்தையே ஆபரணங்களாக்கி
சிங்களம் அணிகின்றது.

ஆம்.
எலும்புக்கூடுகளை போர்த்தியிருக்கும்
அங்கங்களே அவர்கள் ஆபரணங்கள்.
அந்த ஆபரணங்கள் ஒருநாள் அறுந்து
விழுகையில் புலிகள் தேவையில்லை,
வீதி நாய்களாலே காவு கொள்ளப்படுவர்.

எமது வானத்தை நாங்கள் அன்னாந்து
பார்த்து எத்தனை ஆண்டுகள் ஆயிற்று.
மேலே வானம் இருக்கிறதா? இல்லையா?
என்ற ஐயமும் எங்களுக்கு வந்தாயிற்று.

தலைவன் பிறக்காது போயிருந்தால்
நிலமும் எங்களுக்கு வானம் ஆயிருக்கும்.
கால்களை நாங்கள் எங்கே வைப்பது
என்று தெரியாமலேயே போயிருக்கும்.

நல்லவேளை
மேகங்கள் நிலத்தில் இல்லை.

இருந்திருந்தால்
மேகங்களை சிங்களம் மேய்ந்திருக்கும்.
மழையைத் தடையே செய்திருக்கும்.

சின்னங்கள் அவமானம் அடைகிறது
இதயமின்றி இயங்கும் இனம் பார்த்து.
அரசவையில் தினந்தோறும் பலியிடுகிறது
சொந்தச் சிங்கத்தை இன்முகத்தோடு!

●

19 அகதி

எங்கே எமது தாயகம்?
பசியில் துடிக்கிறோம்;
எங்கே எங்கள் மண்ணின் மார்பகம்?

எங்கே எமது அம்புலி?
தாயற்ற தேசத்தில் நிலாச்சோறும்
இல்லையென்று செய்து கொண்டதோ பலி.

வண்டுகள் இடும் இரைச்சலில் இசை
எடுத்துப் படித்த கானம்.
பூக்கள் பூக்காத பூமியான பின்பு அந்த
வண்டுகளும் மாயம்.

புத்தம் புதிய தார்ச்சாலையில் நாங்கள்
ஓடி விளையாடிய தடம் அப்படியே இருக்கும்.
பௌத்தச்சாலை பயணத்திற்கு வந்தப்பின்
எங்களின் மேல் தார்த்தடம் இருக்கும்.

தூசிகள் கூட படியாத பூக்கள் மீது
இப்போது குருதி படிந்திருக்கிறது.
அழுது புலம்பும் எமது வாழ்க்கையில்
பொழுதுகளும் மாறி இருக்கிறது.

பள்ளிக்கூடத்தில் 'அ'விற்கு
அம்மாவிற்குப் பதில் அய்யோ என்றெழுதிப்
பழகி ஆண்டுகள் ஆயிற்று.
எங்கள் கடலில் எமது அங்கங்கள் நலனந்த
காலங்கள் அது போயிற்று.

நீச்சலறிந்த மீன்கள் செத்து மிதக்கிறது.
ஓட்டையில்லாப் படகுகளும் மூழ்கிறது.

எப்போதும்
கால்களை வருடிச் செல்லும் கடல் அலை
இப்போது எங்கள் கால்களைப் பிடித்து
'காப்பாற்றுங்கள் காப்பாற்றுங்கள்' என்று
கதறுவதாய் ஒரு யூகம்.
உப்புக்கடலை தமது தப்பை மறைக்க
ஒப்பந்தம் மூலம் தாரை வார்த்த தேசம்
வகுத்த வியூகம்.

உரிமைகளை இழந்தவர்கள் மாத்திரம்
அகதியல்ல;
உரிமையாளரை இழந்த உடமைகளும்
அகதியே.

அப்படிப் பார்த்தால்
ஈழத்தைச் சுற்றிய யாவரும் மட்டுமல்ல;
யாவும் அகதியே!

●

20 சாபம்

வரம் தந்தவர்கள் தலையிலேயே கரம்
வைத்த சிங்களமே
இந்தாப் பிடி தமிழினத்தின் சாபம்.
சாபத்தை எங்கள் கரம் விட்டாலும்
கரம் விடாது உம்மைப் பிடித்திருக்கும்
பெரும் பாவம்.

எங்கள் குடிலை பற்றிய பஞ்சம்
ஒருநாள் உங்கள் குடிலுக்கும் வரும்.
தஞ்சம் அடையக் கூட இடமின்றி
அஞ்சும் அந்த எதிர்காலம் வரும்.

எங்கள் மேனியில் பற்றிய நெருப்பு
ஒருநாள் உங்கள் மேனியிலும் படும்.
பட்ட நெருப்பை அணைப்பதற்குள்
அது படர்ந்து வளர்ந்து வானம் தொடும்.

நீங்கள் உறங்கும்போது உங்களுக்கு
ஓய்வு இருக்காது.
நீங்கள் விழிக்கும்போது உங்களுக்கு
பலம் இருக்காது.

நிர்வாணத்தின் வலியை நீங்கள் ஆடை
அணிந்திருக்கும் போதே அறிவீர்கள்.
புலிகளின் பயனை காடு அழியும்போது
கண்டு கொள்வீர்கள்.

எம்மை எரிக்க உதவும் எரிபொருளை
உமக்கு கிடட்த்தில் வைத்த சிங்கமாய்
ஒருநாள்
உமக்கு எரிக்க உதவும் எரிபொருளை
எட்டத்தில் வைக்கும்.

எங்கள் அடையாளங்கள் அழிவதைக்
கண்டு ஆனந்தம் கொண்டீரே;
மூலப்பொருட்கள் அழிவது மூளைகள்
அழிந்த நாட்டிற்கு ஒப்பு என்பதை
மறந்தீரே!

நாங்கள் கத்தும் போது உமது செவிகள்
செயலிழந்து இருந்தது எங்களுக்கு
வேதனை.
ஒருநாள் நீங்கள் கத்துவீர்கள்;
அப்போதுதான் உங்களுக்குத் தெரியும்
அந்தச் செவிகளின் அருமை.

தமிழர்களின் விழிகளை கடன் பெற்று
வாழ்நாட்களில் கண்ட காட்சியை
சற்று நீங்கள் ஆய்ந்து பாருங்களே!
உங்கள் புருவங்கள் உயர்ந்ததிற்கும்
தாழ்ந்ததிற்கும் இடையே சிக்கித்
தவித்தது எங்களுடைய பருவங்களே!

கதை மாந்தர்களோடு கூடிய ஆயிரம்
கதைகள் சுமந்தது எங்கள் திண்ணை
அன்று.
கதை மாந்தர்கள் அழிந்த
ஆயிரத்து ஒன்றாவது கதையையும்
சேர்த்து சுமக்கிறது எங்கள் திண்ணை
இன்று.

மிதித்த கால்கள் விதைத்தவனானாலும்
முட்கள் குத்தும்.
குற்றவாளிகளால் துன்பம் கண்டவர்கள்
விட்டது சொற்களாயினும்
அது சாபமாகும்!

●

21 இயக்கம்

நீர் நெருப்பானால்
நெருப்பு எங்களுக்கு நீராகும்.
நிலம் தடையானால்
தடை எங்களுக்கு நிலமாகும்.
கடல் வலையானால்
வலை எங்களுக்கு கடலாகும்.

ஒளிப்புக பயந்த காட்டிலும் நாங்கள்
வாழ்ந்த காலங்கள் உண்டு.
வனவிலங்குகள் கூட அஞ்சும் வழித்
தடத்திலும் எம் பயணங்கள் உண்டு.

சேற்றிலும் விரைந்து ஓடும் புரவிகள்.
துயரக்கடலிலே நீச்சல் கற்ற மீன்கள்

ஆயுதங்களின் போக்கை நன்முறையில்
வளர்த்தெடுக்கும் தாய்.
வனத்தையும் இனத்தையும் ஒன்றென
இணைக்கும் பாலம்.
ஈழம் விடுதலை அடைந்த வரலாற்றுக்கு
கல்வெட்டு.
பாவலர்களால் அல்லாது மாவீரர்களால்
இயற்றப்பட்ட புறநானூறு.

புனைவுகள் இல்லாத புதுக்கவிதை.
அலங்காரங்கள் இல்லாத உண்மை.

பேய்களாய் மாறிய மனிதர்களை
அழிக்க வந்த தெய்வங்கள்.
துயிலில் காணும் நல்லக் கனவுகள்.

தூய்மை அகிம்சையால் நிறுவப்பட்ட
ஆயுதப்படை.

நிலத்தின் மேலே மரணம்.
நிலத்தின் உள்ளே வாழ்வு.

புயலிலும் அசையாத உறுதி.

அன்னை நிலத்திற்கு தோல்.
உறைக்குள் உறைந்திருக்கும் வாள்.

மானுட உயிருக்கு வேலி.
மண்ணில் முளைத்த கதிரவன்.

பதுங்குகுழிகளில் பாயும் நதி.
பகைமையின் வாழ்வுக்கு விதி!

●

ஒரேஇரவில் இரவோடுஇரவாக
இலட்சம் பகல் எரிக்கப்பட்டது.
கைரேகைகளை கையெழுத்தாக்கிய
'பொது'அறிவு அழிக்கப்பட்டது.
மண் மேலே அமைந்திருந்த புதையல்
மண்ணுள்ளே புதைக்கப்பட்டது.
புத்தகங்கள் அல்ல;
இலட்சம் எழுத்தாளர்களின் உயிர்
எடுக்கப்பட்டது.

மூளையை இதயம் கொன்றது.
இன்றியமையாதது 'இல்லை' என்று
ஆனது.
'அரிது' மிகஎளிதாக வெல்லப்பட்டது.

இனத்தை அழிக்க அதன் மூளையை
சிங்களம் தேடியது.
தமிழினத்தின் மூளை ஒரு மூலையில்
நூலகமாக இருப்பதைக் கண்டறிந்து
அதைச் சிதைத்தது.

பெருமையின் சாட்சி கண்டறியப்பட்டு
காணாமல் ஆக்கப்பட்டது.
தமிழின மீட்சியின் தடமானது தடயம்
என்ற நிலைக்கு கொண்டு வரப்பட்டது.

திருடியிருந்தாலும் கூட புல்மலியம்
சேர்ந்திருக்கும் உமது கரங்களுக்கு
நெருப்பூட்டி விட்டீர்கள்;
சங்கதி அறிந்த சந்ததிகள் உங்களை
என்றுமே மன்னிக்காது.

அன்றைய நெருப்புக்கு பசியிருந்தது;
தாகம் எடுக்கவில்லை.
அன்றைய இரவின் வெளிச்சத்திற்கு
இருட்டு பரவாயில்லை.

பேரறிஞர்களை சேமித்து வைக்கும்
அணையே நூலகம்.
முன்னோர்கள் நமக்கு எழுதித் தந்த
உயிலே நூலகம்.

ஓய்வில் நூலகத்தின் பயன் தெரியும்.
கொடுங்கோன்மையில் நூலகத்தின்
அருமையும் பெருமையும் விளங்கும்.

நூலகத்தை வழிபாட்டுத்தலமாக கருதினால்
அங்கிருக்கும் புத்தகங்கள் தெய்வங்கள்.
நூலகத்தை நூலகமாகவே நாம் கருதினால்
அங்கிருக்கும் புத்தகங்கள் ஆயுதங்கள்.
நூலகத்தை குடிலாகக் கருத்தில் கொண்டால்
அங்கிருக்கும் புத்தகங்கள் உயிரினங்கள்.

ஒரு புத்தகத்தை அழிப்பதென்பது
ஒரு மூளையை செயலிழக்க வைப்பதற்கு ஒப்பு.
ஒரு நூலகத்தை அழிப்பதென்பது
ஒரு இனத்தையே தூல் அறுப்பதற்கு ஒப்பு.

சிங்களப் பேரினவாதம்
புத்தகங்களை எரித்தது.
கூடவே புத்தனின் அகத்தையும் எரித்தது!

●

# புலிகள் உலாவும் பகுதி

இது புலிகள் உலாவும் பகுதி.

இங்கே
புலிகளுக்கும் மான்களுக்கும் பகையில்லை.

இங்கே
பூக்களுக்கும் புயலுக்கும் முரண் இல்லை.

இங்கே
போராட்டத்திற்கும் பொழுதுபோக்கிற்கும்
ஓய்வில்லை.

இங்கே
மகிழ்ச்சிக்கும் இழப்பிற்கும் குறைவில்லை.

இங்கே
ஆயுதத்திற்கும் பேனாவிற்கும் வித்தியாசம்
இல்லை.

இங்கே
தாகத்திற்கும் பசிக்கும் இரு அர்த்தமில்லை.

இங்கே
இரவுக்கும் பகலுக்கும் ஒரே விழிகளில்லை.

இங்கே
செந்நீருக்கும் கண்ணீருக்கும் காரணங்கள்
வேறு வேறில்லை.

இங்கே
மரணத்திற்கும் வாழ்விற்கும் இடைவெளி
இல்லை.

இங்கே
கதிரவனுக்கும் விடிவதற்கும் தொடர்பில்லை!

●

எங்கள் சக்திக்கு மீறியும் கத்தினோம்.
ஆனால்
காதுகளை இழந்திருந்தக் காற்று அது
கேட்கவில்லை.

இயற்கை தந்த ஆயுதங்கள் கொண்டு
முடிந்தவரைப் போராடினோம்.
ஆனால்
செயற்கை ஆயுதங்களுக்கு முன்னால்
இயற்கை ஆயுதங்கள் செயலிழந்தது.

நிலமே பலி பீடமாய் மாறி பலி பயிற்சிக்கு
பத்து திங்கள் சுமை பலியாவதைத் தடுக்க
எண்ணினோம்.
கடலுக்குப் பயந்து மீன்கள் கடலில் இருந்து
வெளியேறி உயிர் வாழ இடம் தேடுவதைப்போல்
தாய் மண்ணை விடுத்து ஒளிவதற்கு
பாதுகாப்பான இடம் தேடினோம்.

சிறைக்குள் இருக்கையில் எந்த மூலைக்கு
ஓடினாலும் இறுதி உறுதி.
பேராபத்து என்றாலும் அன்னை மண்ணை
நீங்கினால் ஆவது அகதி.

பிடித்தவற்றை அபகரித்தனர்.
பிடிக்காதவற்றை அழித்தனர்.

பச்சை மண்ணை நெருப்பில் சுட்டனர்.
பாவக்கதைகள் பல்லாயிரம் எழுதினர்.

நகங்கள் பற்களாய் மாறியது.
நகரங்கள் நகங்கள் போல் உதிர்ந்தது.

ஆண்மையற்ற விந்தது வெளியேறிட
வெந்தது எண்ணற்ற பெண்மை.
பிணங்களைக் கூட பாலினம் கண்டு
களிக்கும் மாகொடுங்கோன்மை.

புத்தகத்தில் காகிதங்களைப் புரட்டுவது
போன்று படுகொலைகள்.
மண்ணோடு மலை கொண்ட பற்றென
கரங்களில் ஆயுதங்கள்.

மண்ணின் மணம் மாறியிருந்தது.
மண்ணின் நிறமும் மாறியிருந்தது.

பூகம்பத்திற்குக்கூட அவர்களை உண்ண
விருப்பமில்லை;
ஆதலால்
அன்று பூகம்பம் தோன்றவில்லை!
தெய்வங்களின் ஆயுதங்கள் சிங்களவர்
கரங்களில்;
ஆதலால்
அன்று தெய்வங்களும் தோன்றவில்லை!

●

25 கருப்பை

அந்தக் கருப்பை
தமிழர் இருப்பை உறுதி செய்த பை.

அந்தக் கருப்பை
ஓர் ஆயிரமாண்டு தவம் சுமந்த பை.

அந்தக் கருப்பை
தமிழீழ இதயத்தை தாங்கிய பை.

அந்தக் கருப்பை
வெளிச்ச நெருப்பை உருவாக்கிய பை.

அந்தக் கருப்பை
இதிகாசம் இயற்றிய பை.

அந்தக் கருப்பை
புலியை வார்த்தெடுத்த புலிக்குகை.

அந்தக் கருப்பை
அறக்கூர்வாளை வாங்கியிருந்த பை.

அந்தக் கருப்பை
இறைவனைத் தந்த பை.

அந்தக் கருப்பை
அஞ்ஞானத்தை அகற்றிய அறிவுப் பை.

அந்தக் கருப்பை
போரின் களத்தை உருவாக்கிய பை.

அந்தக் கருப்பை
வேண்டத்தக்கது தருகின்ற கொடை.

அந்தக் கருப்பை
வரலாற்றை வார்த்தெடுத்த நூல் பை.

அந்தக் கருப்பை
உயிரினங்கள் தொழும் உன்னதப் பை!

●

26 தேகம்

மேகம் உருகி விழுந்த மழையில்
குளிர் அதிகம் என்று வானிலை
சொன்னது.
வானமே வாய்க்கவில்லை எனும்
போது தேகத்தில் விழும் குளிரும்
வெப்பமே!

வாடைக் காற்றில் வாசனை
மிகஅருமை என்று நுகர்ந்தவர் வாய்
சொன்னது.
வாடகை வீடு காணுகிற வசதிக்கு
வாடையும் ஒரு கோடையே!

மதிக் கதிர்கள் தீண்டிய மேனியில்
மார்கழி முளைத்தது என்று மதி
சொன்னது.
கால் வைக்கும் இடமெல்லாம் இடர்
முளைக்கையில்
மேனியில் முளைக்கும் மார்கழியும்
ஒரு பிணியே!

அப்பொழுதில் பூமியே சொர்க்கம்
ஆனது என்று அனுபவித்தவர்கள்
சொன்னது.
பூகம்பமே பூமியாய் இருக்கையில்
சொட்டு நிலமும் சொர்க்கமில்லை
நரகமே!

கொடுங்கோன்மைப் பேனா

அது கலை பேனா அல்ல;
கொலை செய்யும் பேனா.

ஆம்.
கொலை செய்த கயவர்கள் கரங்கள்
ஏந்திய கூர்கத்தி அந்தப் பேனா.

தொப்புள் கொடியின் தொடர்ச்சியை
துண்டித்த கத்தரிக்கோல் அந்தப் பேனா.

தமிழர்கள் குரல்வளையை நெறித்த
தூக்குக்கயிறு அந்தப் பேனா.

தமிழர் படகுகளில் ஓட்டைகள் போட்ட
துப்பாக்கிக் குண்டுகள் அந்தப் பேனா.

தமிழர் கடல் எல்லையை அபகரித்த
ஒப்பந்தம் அந்தப் பேனா.

குடில் புகுந்து வன்புணர்வு செய்திட
கட்டளைகள் இட்டது அந்தப் பேனா.

தொடர்ந்து எழுதிட தமிழர் குருதியை
'மை'யாகக் கேட்டது அந்தப் பேனா.

அறமுடைந்த நாற்காலியில் அமர்ந்த
அயோக்கியர்களின் கரம் பிடித்திருந்த
கொடுங்கோல் அந்தப் பேனா.

நிழல் தரும் விருட்சங்களை வெட்டி
சாய்த்தக் கோடாரி அந்தப் பேனா.

எங்கள் தூண்களை தூசிகளாக்கிய
பெரும் இயந்திரங்கள் அந்தப் பேனா.

சதியை விதியாக்குவதற்கு சாத்தான்
ஏந்திய எழுதுகோல் அந்தப் பேனா.

உடைமைகளை அகதியாக்குவதற்கு
கையெழுத்து இட்டது அந்தப் பேனா.

சிங்களவர்கள் கொடுங்கோன்மையின்
குறியீடு அந்தப் பேனா!

●

# 28 புறநானூற்று வீரன்

இனமான மக்களின் துயர் தீர்த்த ஒருவர்.
இனத்தின் இன்னல் போக்கிய இறைவர்.

உயிரின் கண்ணீரைத் துடைத்தார்.
தன் உதிரத்தை நீரென வடித்தார்.

பிறர் தூங்க தன் இரு விழிகள் சிவந்தார்.
மானுட இயல்பு ஆசையற்று வாழ்ந்தார்.

வானம் போல் பரந்து விரிந்த சிந்தனைகள்.
கடல் அலையாய் விரைந்த அறிவுரைகள்.

சிற்பம் போல் அகம் இருக்கும்.
தீப ஒளிச் சுடர் தெறிக்கும்.

மலையைப் போல் துணிவு இருக்கும்.
மழையைப் போல் நீதி கொழிக்கும்.

ஏழைகளின் பிள்ளை.
கோழைகளின் கொள்ளி.

சான்றோர் ஆனவர்.
முன்னோர்க்கும் மூத்தவர்.

முப்பெருமை கொண்டவர்.
முக்காலத்திற்கும் உரித்தவர்.

நில்லாது சுழலும் அவர் காலத்தின் சக்கரம்.
எண்ணாது வழங்கியே சிவந்தது இருக்கரம்.

முடி சூடாத மாமன்னன்.
முடி விழாத வணங்காமண்.

தேய்வு அற்ற நிலவன்.
மறைவு அற்ற சூரியன்

உறைந்து நிற்கும் மறம்.
நிறைந்து இருக்கும் அறம்.

பிரிவு பாராத மாண்புமிகு இருக்கும்.
புறக்காலப் புகழ் நிலைக்கும்.

தால் பிரளாத சொற்கள் இருக்கும்.
நாநுனியில் தாய்மொழி இனிக்கும்.

வாள் வழுவாத அறம் இருக்கும்.
தலைவர் பிரபாகரன் என்றே பொறித்திருக்கும்!

●

29 'புதுவை' இரத்தினதுரை

தமிழீழ இறைவன் தன் கரங்களில்
ஏந்தி எழுதிய எழுதுகோல்.
தமிழீழத் தலைவரின் கரங்களுக்கு
காலம் அளித்த செங்கோல்.

நல்லப் பாக்கள் பாடும் இப்பாவலர்
நாக்கு எலும்புகள் உடையதாகும்.
மண்ணின் தழும்புகள் மறைந்திட
அவர் இயற்றமிழ் அருமருந்தாகும்.

போர்க்களம் பற்றிப் பாடிய பாவலர்
இவரில்லை.
போர்க்களம் புகுந்து பாடிய பாவலர்
இவருக்கு ஈடு இணையில்லை.

களங்களில் இலக்குகளைத் துல்லியம்
செய்தது இவர் பேனா.
இலக்குகள் கொண்டிருந்த புலிகளை
குகையாயிருந்து காத்தப் பாக்களை
மறைதான் என்பேனா!

நிலத்தை மீட்க களம் கண்ட பாவலர்
பலருள் தனித்துவமானவர்.
வந்தவர்க்கு துதி பாடாமல் நொந்தவர்
நலம் பெற அறம் பாடியவர்!

●

30 சுட்டு விரல்

எம்மைச் சுட்டக் குரலை சுட்டு விட
வழியைச் சுட்டிய விரல்.

இழந்தவர் இதயம் இளைப்பாறிட
இடம் மீட்டுத் தந்த விரல்.

வாயற்ற வாழ்விற்கு உறுதுணை
புரிந்த பேசுகிற விரல்.

உலகத் தமிழர்களின் ஒருமித்தக்
குரல் அந்த விரல்.

ஆறுதல் வழங்கும் ஆயுதங்களை
ஏந்தும் அந்தக் கரங்களின் விரல்.

பகைமையை அழித்திட உத்தரவு
இட்ட பிரபாகரனின் பத்து விரலும்
சுட்டு விரல்.

காரிருளுக்கு நெருப்பை அல்லாது
சூரியனையேச் சுட்ட விரல்.

புலிகளின் கூட்டம் சங்கமிக்கும்
காடுதான் அந்த விரல்.

மானுடம் மகிழ்வுடன் வாழ மலை
சுமையைத் தாங்கிய இறை விரல்.

உயிர் நதிகளை ஒன்றிணைக்கும்
கடல் அந்த விரல்.

ஆயிரம் கரம் கொண்ட இறைவியை
விடவும் மேல் அந்த ஒற்றை விரல்.

எம் வாழ்வும் வரலாறும் வாழுகின்ற
குடில் அந்த விரல்.

கொடுங்கோன்மை அரியணையை
அச்சமூட்டும் அவ்விரல்.

துவக்குக்குப் பதில் சாட்டை தந்தால்
ஐயன் சாட்டையை சுழற்றும் விரலே
அந்தச் சுட்டு விரல்!

●

31 தீவு

கணையாழிக்கு மேலே முத்தமிட்டுக்
கொண்டிருக்கும் முத்தென இருக்கும்
அந்தத் தீவு.
பாயும் வேலின் தண்டத்தை தவிர்த்து
தலையை ஒத்திருக்கும் அந்தத் தீவு.
நீரில் மிதக்கும் எண்ணையைப் போல்
வங்கக்கடலின் மேற்பரப்பில் மிதந்து
கொண்டிருக்கும் அந்தத் தீவு.
ஒர் உயிரோட்டத்தை தக்கவைக்கும்
இருதய வடிவிலிருக்கும் அந்தத் தீவு.
பிரிந்திருந்த மழலை தன் தாயைக்
கண்டு அவளைத் தொட தன் பிஞ்சு
கரங்களை நீட்டுவதைப் போல் இந்திய
தேசத்தோடு கைகோர்க்கத் துடிக்கும்
வடிவில் அமைந்திருக்கும் அந்தத் தீவு.
தாயிற்கும் பிள்ளைக்கும் இடையே அறுந்த
தொப்புள்கொடியின் வடிவத்தை ஒத்தது
அந்த அழகிய தீவு.

வான் குத்திப் புலிக்கொடி பறந்த
எங்கள் தீவு.
மண் முழுமையும் சோழன் தடம்
பதிந்த தீவு.
போருக்கு புகழ் சேர்த்த பண்டார
வன்னியன் வாழ்ந்த தீவு.
உயிருக்கு வலுசேர்க்கும் உயிர் நீர்
அளித்த அக்கராயன தீவு.

தென்னையும் பனையும் ஒன்றெனப்
படுகிறது விழிகளில் இக்காலத்தில்.
பனையில் பற்பல வேர் வேறுபட்டு
விளைந்தது புவியில் அக்காலத்தில்,
அதுதான் எங்கள் தீவு.

மண்ணையணைத்த மலைகளும்
விண்ணைத் தொட்ட வனங்களும்
ஆழியை அழுத்திடாத வளங்களும்
ஆவியை நெருக்காத குடில்களும்
வாழ்ந்தது எங்கள் தீவு.

தொண்டு மாவட்டம் மட்டும் அல்ல;
தோராயமான நிலம் மட்டும் அல்ல;
தொங்கு நிலம் முழுவதிலும் இருக்கு
எங்கள் தொண்டு.
ஆகையால்
தொங்கும் நிலம் முழுவதும் எமக்கு.

செவி வழி வயிறு நிறைந்தக் காலம்.
வழிப்போக்கர்களையும் வள்ளல்கள்
ஆக்கும் அபூர்வ நிலம்.

உலக இருளுக்கு நற்றுணையாகும்
நாமம்.
அதுதான் ஈழம் என்னும் வெளிச்சம்.

புவியின் பார்வைக்கு இந்தத் தீவு ஒரு
விண்வெளி.
விண்வெளிப் பார்வையில் இந்தத் தீவு
தீபவொளி.

தமிழின் தனித்துவம் தலைச்சிறந்து
வந்தது இங்கு.
தனித்து விடப்பட்ட ஒன்றாலே தலை
போனது இன்று!

●

32 அணங்கு

அங்கோ
பதியின் அரவணைப்புப் பெற்ற சிங்களப்
பெண்களுக்கு எப்போதும் இன்பமிருக்கும்.
களவியுடன் துவங்கி களவியுடன் விடியும்.
திங்களும் ஞாயிறும் எழுவதற்கு காத்துக்
கொண்டிருக்கும்.
காமமும் மோகமும் பிரியாமல் இருக்கும்;
இல்லறத்தை அழகாய் அது அமைத்திருக்கும்.
நால்வகைக் காற்றும் பொழுதின் இசையாகும்.
அகம் எப்போதும் சிவந்தே இருக்கும்.

இங்கோ
பதியை இழந்துறங்கும் ஈழப் பெண்களுக்கு
தென்றல் நச்சுக் காற்றாய் இருக்கும்.
முத்து பவளம் சூடி நின்ற கழுத்தில் தவழும்
கொண்டல் காற்று கொடுமைப்படுத்தும்.
சந்தனப் பூக்கள் தவழ வேண்டிய மேனியில்
தவழும் வாடைக் காற்று நெருப்பைத் தரும்.
தங்கத்தாலி உரசிய மார்பில் தவழும்
மேலைக் காற்று தேகத்தில் கணக்கும்.
மேகம் கொட்டிய நீர்த்துளியில் மிதந்து வந்த
தென்றல் காற்று தேகத்தை உருக்கும்.
குங்குமம் இன்றி சிவக்கும் கன்னியர் முகம்
செங்குங்குமம் சூடியும் சிவக்க மறுக்கும்.
நாட்டின் பேரரசன் இல்லாதொரு காலத்தில்
அந்நாட்டினுடைய பசுமையான வளங்களைக்
கயவர்கள் ஒன்றாகி களவாடுதல் போல்
ஈழப் பொழுதில் எல்லொளி காலையையும்
வெண்ணொளி மாலையையும திருடும்.
திங்கள் கதிர்கள் கூர்வாளாகக் குத்தும்.
ஞாயிறு கதிர்கள் காரிருளை அள்ளித் தரும்.

தேன்துளி கசக்கும்; மேனியின் கூடு சுடும்.
இயற்கை வெறுக்கும்; மயில் நடனம் துன்பம்.
நடை நரகமாகும்; சாளரக் காற்று அனலாகும்.
நீர் கானலாகும்; அணிகலன்கள் ஒவ்வாதது
ஆகும்.
குங்குமம் சூடுதல் மறக்கும்; நெற்றி உலரும்.
மேனியை அழகுறச் செய்யும் முறை மறக்கும்.
கண்ணாடியின் பாதரசம் வீணாகிப் போகும்.
செவிகளில் சூடிய செம்பொன் தோடுகள்
இசையற்று நோயுறும்.
மூக்குத்தியின் மேல் முத்தமிட்ட முத்துக்கள்
வெடித்தேச் சிதறும்.
தள்ளாடும் நடையை சிறப்புற அலங்கரிக்கும்
காற்சிலம்பு மெய் மெலிய கழன்று விழும்.
அன்ன நடை தளரும்; பரந்து விரிந்த ஆகாயம்
தீப்பிடித்து எரியும்.
அள்ளி முடியும் கூந்தல் முடிப்பைத் துறக்கும்.
பாலை நிலம் போன்று செல்விதழ் வெடிப்புறும்.
தேன் சிந்தும் உதடுகள் ஊமையாகும்!

●

33 ஈரத்தமிழ்

நாக்கை நினைத்து மொழி கண்ணீர்
வடிக்கிறது இங்கு.
வாக்கை நினைத்து மொழி கண்ணீர்
வடிக்கிறது அங்கு.

கடலும் கரையும் நிலமும் தொனியும்
தமிழர் எனும் குடிலுக்குள் ஒன்றாகி
வாழாததால் மொழி வடித்த நீர் அது.

இரையும் இரைப்பையும் ஒருகாட்டில்
ஒற்றுமையை பேணுகையில்
மரமும் வேரும் ஒற்றுமை பேணாமல்
விட்டதால் விதை விட்ட நீர் அது.

நெடுந்தூரப் பயணங்கள் பல முடித்து
தாயகம் திரும்பியப் பறவைகள் தனது
சிறகுகளைத் தியாகம் செய்த படியால்
வானம் சிந்திய நீர் அது.

உதயமான சூரியன் கரம் விட்டு விட
வெளிச்ச நெருப்புக்காக இரையாய்
போன விறகுகளை மறந்ததால் வளி
வீசிய நீர் அது.

அந்த நிலத்தைக் கட்டுக் கதைகளால்
மட்டுமே நாம் நினைவு கூறுகிறோம்
என்று வருத்தம் கொண்ட உண்மை
உதறிய நீர் அது.

வால் வைத்திட்டப் புனைவு நெருப்பில்
எரிந்து போன தலைகளை நினைத்து
உண்மை நெருப்பு ஊதிய நீர் அது.

சுற்றியும் நீர் சூழ்ந்த நிலம் தீவானது.
தீவைச் சுற்றிலும் சூழ்ச்சிகள் சூழ்ந்து
தீவின் நீர் கண்ணீரானது.
ஆதலால் ஈழத்தமிழ் ஈரத்தமிழானது!

●

34 முள்ளிவாய்க்கால்

தமிழினத்தின் காலில் அல்ல;
தமிழினத்தின் தலையில் குத்திய முள்.
நீர் ஓடும் வாய்க்கால் அல்ல;
செந்நீர் வழிந்தோடிய வாய்க்கால்.

ஐந்து தலைமுறைக் கண்டவர்களும்
அதைக் காண வேண்டியவர்களும்
ஒரேஇடத்தில் மாண்டுக் கிடந்தனர்.
தமிழ்க் குடிலின் திண்ணையை
சிங்களக்காடையர்கள் தகர்த்தனர்.

கரம் தனியே சிரம் தனியே சிதறிக்
கிடந்ததில் உலகத்தின் அகமானது
அழுகிப் போனது.
மனிதக்கறிகளை உண்ட உலகம்
நாற்றத்தைப் போக்க நந்திக்கடலில்
முங்கி எழுந்தது.

எரி திரவத்தை முகத்தில் அல்ல;
தமிழினத்தின் முகவரியில் வீசியது.
புலிகள் நடமாட்டத்தை அழித்ததால்
காடுகள் அல்ல;
ஒட்டுமொத்த நாடே அழிவு கண்டது.

பசியாறும் முன்பே மார்பகத்தில்
இருந்து வாயெடுத்த மழலைகள்
மறுவாய் வைக்க உருவாயில்லை.
உயிர்த் தேனின் சொட்டு வடியும
வேளையில் தேன்க்கள் அங்கில்லை.

கடவுள் வந்து உதவியிருக்கலாம்
என்று எவரும் எண்ணி விடாதீர்கள்.

இறைவி வந்திருந்தால் சிங்களத்தால்
ஆடை அவிழ்ந்திருக்கும்.
இறைவனாயிருந்தால் சிங்களத்தால்
உயிர் போயிருக்கும்.

சிங்களக்கொடுங்கோன்மையை
அழிப்பதில்
அங்கே பித்தன் சக்தி அற்றவன்.
சிங்களம் நடத்திய கொடூரம்மிகு
போர்க்களத்தில் சிங்களத்தால்
புத்தனும் மனிதக்கறி விற்றவன்!

●

35 சோலை

பூக்கள் தஞ்சமடைந்த சோலை.

புயலுக்குப் பின்னுள்ள வாழ்வை
வாழ்வதற்காக அமைத்தக் குடில்.

போர்க்களங்களின் கன்னத்தில்
முத்தங்கள் எனும் முற்றுப்புள்ளி
வைக்கப்படும் இடம்.

காயம்பட்ட தென்றல் தெளிச்சிக்
கொள்ளும் மடம்.

நிலைத்தப் புகழ் நிலத்தில் அப்படியே
இருக்க நங்கூரம் ஆக்கப்படுமிடம்.

கந்தகக் காவலோடு புத்தகங்கள்
வீற்றிருக்கும் நூலகம்.

நாட்டின் சமாதானப் புறாக்களின்
விளையாட்டு அரங்கம்.

மண்வெளி நட்சத்திரங்கள் வாழும்
புதுவெளி.

தேசத்தின் எதிர்காலத்தின் வேர்கள்
பாதுகாக்கப்படும் பள்ளிக்கூடம்.

தலைமையரின் தாய்நமக்கு அவ்விடம்
ஆகச்சிறந்த இலக்கணம்.

பாலினம் பருவத்து ஏற்ப சோலை
பெயர் வேறுவேறு கொண்டாலும்
ஆக்கம் செய்த நோக்கம் ஒன்றே.
சிங்கள இனத்தால் அலங்கோலமாய்
அலையும் அமைதி அமைதியடைய
தகுதியான அமைவிடம் அது ஒன்றே!

●

36 புலிக்கொடி

கண்பட காற்றில் பறந்தாலும் சிகரத்தை
விடவும் அது உயரம்.
தொட அருகிலே இருந்தாலும் வானத்தை
விடவும் அது தூரம்.
கம்பம்
தோண்டிய குழியில் நிலைத்தாலும்
ஆழியை விடவும் அது ஆழம்.

அது உயிரற்ற கொடிதான் என்று உலகம்
எண்ணினாலும் எண்ணில் அடங்காத
மாவீரர்களின் ஆன்மாக்களே அது ஆகும்.

இயக்கக் கொடிதான் கட்சிக் கொடிதான்
என்று இதழ்கள் உரைத்தாலும் தமிழினம்
இயங்க இன்றியமையாதது அது ஆகும்.

தோராயமாகவே என்றுச் சிந்தனைகளை
அவிழ்ப்போர் அவனியில் ஏது உரைப்பினும்
தொன்மை நிலத்தின் தொப்புள் கொடி
அது ஆகும்.

கரங்கள் இழந்தவர்களால் ஏற்றப்பட்ட
அரிய கொடி அது ஆகும்.

ஆரியக் கதைகளின் கழுத்தை நெறித்து
ஆகாயத்தில் தமிழர் நெறிகளை எய்திய
எங்கள் கொடி அது ஆகும்.

அயலார் அஞ்சும் வகையில் வான் தூது
விட வயலார் ஏற்றிய கொடி அது ஆகும்.

தக்காராய் இருப்பினும் தடம் புரண்டால்
தண்டிக்கும் கொடி அது ஆகும்.

தாய் நிலத்தின் குரல்வளை அது ஆகும்.

மண்ணுலக மாவீரர்களின் மார்பினில்
வேர் விட்டு வளரும் கொடி அது ஆகும்!

●

37 கூற்றுவன்

கூவிய கருங்குயிலின் கழுத்தை
நெறிக்கும் கரங்களுக்கு எந்தன்
தலைவன் கூற்றுவன்.

தும்மலை சத்தமின்றி ஆற்றிடச்
சொல்லும் கட்டளைக்கு எந்தன்
தலைவன் கூற்றுவன்.

விழிகளுக்கு குறை பொருத்திய
சிந்தைக்கு இதயத்திற்கு எந்தன்
தலைவன் கூற்றுவன்.

உளச்சான்றை மரணிக்க வைத்த
போர்க்களம் நெறிகளுக்கு எந்தன்
தலைவன் கூற்றுவன்.

வாய்மைப் போக்கை மாற்றுகிற
சந்தர்ப்ப வன்முறைகளுக்கு எந்தன்
தலைவன் கூற்றுவன்.

கொள்கை இல்லாத இயக்கமெனில்
கோடி வரங்கள் தந்தாலுமே எந்தன்
தலைவன் கூற்றுவன்.

ஆடைகளை ஊடுறுவி எளியோர்
சதையை இன்னல்கள் கிழிக்கையில்
ஆருடம் காணும் அண்ணல் அகிம்சைக்கு
எந்தன் தலைவன் கூற்றுவன்.

ஆடிய பாதனே ஆயினும் அயலார்
வேள்விக்கு வரம் அளித்தால் எந்தன்
தலைவன் அவனுக்கும் கூற்றுவன்!

●

38 ஆபத்பாந்தவன்

தமிழர்கள் உயிருக்கும் உடைமைக்கும்
காவல் நின்ற எழுத்து.
துண்டாகிப் போனாலும் துணிவோடு
நிமிர வைத்த கழுத்து.

உயிரைப் போக்கும் இறுதி விக்கலில்
மழை வார்த்தத் தண்ணீர்.
உச்சி மூழ்கும்போது வெள்ளத்தை
கால் விரலுக்கு இறக்கிய வடிகால்.

சிங்களக் காடை வஞ்சியின் ஆடை
அவிழ்த்தபோது ஆயுதத்தை ஆடை
ஆக்கிய பரம்பொருள்.
அவிழ்த்தோர் அங்கங்கள் உடையப்
படைகள் படைத்த பெரும்பொருள்.
கடல் கடைந்து எமது அமிர்தத்தை
அபகரித்தவர்கள் அசைவுகள் ஒடிய
ஆர்ப்பரித்த அரும்பொருள்.

அலைந்து திரிந்த தீயை கரத்தால்
அணைத்து ஒளியை வழங்கிய திரி.
அயலார் காடுகள் கருகி விழுக ஈழப்
பறவைகள் சுமந்து வந்த தீப்பொறி.

எமது அடிகள் அவர்கள் அடிகளால்
குறைந்ததைத் தடுத்தாண்டவன்.
எமது ஆடைகள் அவரகள் வாடையாய்
இருந்ததை ஒழித்த ஆபத்பாந்தவன்!

●

39 உயர் நதி

புரவிகள் எமது புலத்தில் புற்கள்
போல் நிறைந்திருக்கும்.
கால்நடைகள் போலே களிறுகள்
கால்நடையாக வீதி உலா வரும்.

சாத்திரங்கள் அறுத்த சாவடிகள்
சாவுக்கும் சன்னதி ஆனது அன்று.
ஒப்பந்தங்கள் வேண்டாத வாய்மை
வாழ்ந்தது எமது புலத்தில் அன்று.

நெல்லுக்கும் சொல்லுக்கும் நடுவே
விளைந்தது வயிறு ஒருகாலத்தில்.
எல்லுக்கும் எள்ளுக்கும் இடையில்
வாழ்ந்தது மனமும் ஒருகாலத்தில்.

ஆழியும் தடைகள் போட்டதில்லை.
ஆகாயமும் தீ பிடித்ததில்லை.
மண்ணும் புதைமணலானதில்லை.
மனையும் மயானம் ஆனதில்லை.

உயிருள்ள உடல்களை பிணிகளும்
தொட்டதில்லை.
வயல்வெளிக் காற்றும் ஒருபோதும்
வறண்டதில்லை.
வான் மழையும் மார்பில் அடித்தே
பெய்ததில்லை.
அடிக்குப் பயந்து இங்கே புற்களும்
பூத்ததில்லை.

கலைகளுக்கும் கலைஞர்களுக்கும்
இடைத்தரகர்கள் அன்று இல்லை.
பூமிக்கும் வானத்திற்கும் இடையில்
இடையூறு நூல் இல்லை.
சொர்க்கம் நரகமென்ற வரையறை
வாழ்வில் புகுந்ததில்லை.
வயிற்றை திருடும் பழக்கம் அப்போது
பழக்கத்தில் இல்லை.

பூகம்பம் அப்போது பூமிக்கு விருந்தினர்
கூட இல்லை.
தாய்ப் பாவலர்கள் பசியோடு படுத்து
எழுந்தது இல்லை.
தாய்மொழி தன் தலையில் அடித்துக்
கொண்டு அழுதது இல்லை.
மாற்றான் மகள் முகம் சுளித்ததில்லை!

●

புத்தன் அருகில் புலி

ஒருநாள்
புத்தன் சிலைக்கு அருகில் புலிகள்
உறங்கும்.

ஆம்.
கலையில் உருப்பெற்ற புத்தன்
சிலையின் புருவங்கள் சிங்களத்தின்
கொலைகளால் தாழ்வுற்றது.

அகம் அற்ற சிங்களத்தால் புத்தன்
சிலையின் முகம் சுளித்தது.

சிங்களத்தால் புத்தன் சிலையின் இரு
கரங்களை வெக்கை சூழ்ந்தது.

சிங்களத்தால் தம்மம் தந்த புத்தன்
அகம் தண்டம் ஏந்தியது.

சிங்களத்தால் இலங்கையில் இருப்பு
கொண்டது மிகப்பெரிய தவறென்று
புத்தன் சிலை உணர்ந்தது.

சிங்களத்தால் புத்தன் சிலை தலை
காயம்பட்டது.

சிங்களத்தால் புத்தனின் சித்தாந்தம்
படையலுக்கு உள்ளானது.

சிங்களத்தால் புத்தன் சிலை சிகை
நரை கொண்டது.

சிங்களத்தால் புத்தன் சிலை பற்கள்
பசி கொண்டது.

சிங்களத்தால் புத்தன் சிலை வெறும்
பதர் என்றானது.

சிங்களத்தால் புத்தன் சிலை யுத்தக்
களை என்று கூற்றுப் பெற்றது.

சிங்களத்தால் புத்தன் சிலை யுத்தக்
கலை என்று பெயர் விளங்கியது.

ஒருநாள்
புத்தன் சிலைக்கு அருகில் புலிகள்
உறங்கும்.

ஏனெனில்
புத்தன் சிலைக்கு சிங்கங்கள் அல்ல;
புலிகளே காவல்!

●

41 துரோகம்

எரிகிற நெருப்பில் எண்ணெய் விட்ட
கரங்களை அறிவோம்.

மண்டை ஓடுகளுக்கு நடுவிலே நின்று
கொண்டு இலக்கியங்களை எடுத்துக்
கூறிய கதைகளை அறிவோம்.

குடில் கருகும் நிலையிலும் உருகாத
உள்ளங்கள் எதுவென்று அறிவோம்.

பிண வாடையைப் பிடித்து பதவி ஆடை
உடுத்திய ஆட்களை அறிவோம்.

மழழயை வைத்துச் சொன்ன பிழழ
உவமை உதடுகளை அறிவோம்.

இதயம் இறக்கும் சூழலிலும் நாற்காலியை
விட்டு இறங்காத இதயங்களை அறிவோம்.

ஆடைகள் அவிழ்ந்து அம்மணமான
பொழுதில் கோடை பொழுது கழித்திட
இமயம் சென்றோரை அறிவோம்.

பதுங்குகுழிகளில் குழந்தைகள் அஞ்சி
ஒளிந்திட கூட்டணி இட இலக்கம் குறித்து
கூடிப் பேசிய பேய்களை அறிவோம்.

இனத்தின் கனம் குறைந்த வேளையில்
பிண நரம்பில் இருந்து இசை இசைத்து
இரசித்த மிருகங்களை அறிவோம்.

உயிர் குருதி மொத்தம் வடிந்தோடையில்
கடிதம் எழுதிய கயவரை அறிவோம்.

வாலின் வஞ்சத்தால் தலை போகையில்
கால் பிடித்த அனைவரையும் அறிவோம்.

பகலின் வெளிச்சம் பறிபோகையில்
மதுபோதையில் பாட்டெழுதிய பாவலர்கள்
யார் யாரென்று அறிவோம்.

தொகையாக உயிர் கறி தொங்கையில்
தோழமைச் சுட்டுதல் செய்த தோழர்கள்
எவரென்று அறிவோம்.

இருள்தான் இனி என்றான வேளையிலும்
விளக்கு தர மறுத்த விடியலை அறிவோம்!

●

ஏறத்தாழ முற்பத்து நான்கு ஆண்டு
காலம்.

அத்தனை ஆண்டுகாலம் மட்டுமே
ஈழத்தில் செயல்பட்டது புவியீர்ப்பு
விசை.
துவக்குகள் துன்பமறிந்து துப்பின
தோட்டாக்களை.
கட்டளையிடுபவர்கள் பொறுத்து
களங்கள் இதிகாசங்களை எழுதின.

வழிபாட்டுத் தலங்கள் சற்று ஓய்வு
கொண்டது.
காடுகள் மீண்டும் ஆடை உடுத்த
ஆரம்பித்தது.
ஐம்பூதங்களை தேவதைகள் தூழ்ந்தது.
நிலத்தில் பெரும்நலம் குடிகொண்டது.

பிணிகள் அற்றப் புன்னகை இருந்தது.
வீரமரணத்தால் இயற்கை மரணங்கள்
அதிகரித்து இருந்தது.
இரவில் இருளும் பகலில் ஒளியும்
இருந்தது.
உறங்கும்போது இருந்த அங்கங்கள்
விழிக்கையில் அப்படியே இருந்தது.

இறைவன் சிலையாக இருந்தாலும்
கூட பிரச்சனை இல்லை.
புத்தகங்களே ஆயுதமாக இருந்தது.
விருட்சங்களின் நிழல் இளைப்பாறியது.
விருட்சங்கள் தலை நிமிர்ந்து நிழல்
வழங்கியது.

மலைகளின் மார்பு வற்றாமல் இருந்தது.
மண்ணின் தோலில் கீறல்கள் இல்லை.
மண்ணின் மடியில் வீரம் தவழ்ந்தது.
வனத்தையும் வீட்டையும் புலிகள்தான்
காத்தது.

யாருக்கும் தெரியாமல் புத்தன் சிலை
புன்னகை சிந்தியது.
எல்லோருக்கும் தெரியும் படியாக பூக்கள்
பூத்தது.
பிணக்குழிகள் அதீத இடைவெளியைக்
கொண்டிருந்தது.
ஒரு தலைமுறையின் அகவை காணாமல்
போகாது இருந்தது!

●

43 மகாவம்சம்

அந்தக் கப்பல் கவிழாமல் போனதாலே
ஒரு இனமே கவிழ்ந்தது.
அயலான் ஒருவனை நாம் அன்றைக்கே
அரவணைத்தது
அன்னைக்கே பிள்ளைகளை அயலான்
ஆக்கியது.
ஒற்றை இலக்கம் வம்சமாய் விரிவு பெற
தமிழர்கள் வம்சம் ஒற்றை இலக்கமாய்
சுருங்கியது.
இரண்டாயிரத்து ஐநூறு ஆண்டுகளுக்கு
முன்பும் சரி பின்பும் சரி
தமிழினத்தின் தலையெழுத்தை தீர்மானம்
செய்வது பயணங்களாகவே இருக்கிறது.

அதிலும் முறையற்ற பயணம்.
முழுதும் தொடர்பில்லாத ஊர்.

நான்கு கால் இருக்கையில் இரு கால்
இருக்கை இருப்புக்கு எத்தனையோ
இறப்புகள்.
எத்தனையோ பிறப்புகள் நிலத்தில்
நிகழ்ந்த போதிலும் மாறாமல் உள்ளது
பிறவித் தலைவர் என்ற பொறுப்புகள்.

எதிரியும் துரோகியும் ஓரினமென்பதால்
ஓர் இனமே ஒன்றுபட முடியவில்லை.

ஒற்றைக் குடும்பத்தால் குமுகாயமே
குலைந்தது.
இமய மலை உருகி இலங்கையையே
மூழ்கடித்தது.

உள்ளூர்
வடக்கு, கிழக்கை உள்ளூர் தெற்கும்
மேற்கும்
வாழ விடாமல் செய்தது
என்றால்
வெளியூர்
வடக்கு அவற்றை வதைத்தே விட்டது.

கூத்தனும் சலங்கையை கழட்டி வைத்து
விட்டு கூத்து ஆடினான்.
உருவமற்றவன் உள்ளது இல்லையென்ற
உணர்வு தந்தான்.
ஏசுநாதன் அறையப்பட்ட சிலுவையோடு
பூமியில் புதை கொண்டான்.
புத்தன் மீண்டும் மன்னன் ஆனான்!

●

44 இருள்

இருள் என்றால் இரவு நேரம் அல்ல.
இருள் என்றால் இரவு நேரத்தில்
செயற்கை செயல் இழப்பது அல்ல.
இருள் என்றால் பகலை மறைத்த
போர்வை அல்ல.
இருள் என்றால் மேகங்களால்
வானம் கொண்ட மாற்றம் அல்ல.
இருள் என்றால் தீபங்களை
அணைப்பதால் உண்டாவதல்ல.
இருள் என்றால் பகல் நுழைந்திட
முடியாத இடம் அல்ல.
இருள் என்றால் இதிகாசங்கள் பல
உரைத்த நரகம் அல்ல.
இருள் என்றால் இலக்கியக் குறிப்பு
கொண்டு உரைப்பது அல்ல.
இருள் என்றால் இருட்டு அல்ல.

இருள் என்றால் பயந்து கொண்டே
கூடல் கொள்வது.
இருள் என்றால் வேறொரு உணர்வு
கொண்டு ஊடல் களிப்பது.
இருள் என்றால் தொலைத்த புலம்
மேலே தொலைந்து நிற்பது.
இருள் என்றால் பகல் வேளையில்
பயந்து நடுங்குவது.
இருள் என்றால் காரிருள் சூழலில்
மறைந்து வாழ்வது.
இருள் என்றால் இன்பத்தை துயர்
அளவு வைத்து காண்பது.
இருள் என்றால் ஈழத்தில் நிலமாக
பிறப்பெடுப்பது.
இருள் என்றால் ஈழத்தின் வானில்
கதிரவனாய் இருப்பது.
இருள் என்றால் ஈழத்தை ஒளி
பொருந்திய விழிகளால் பார்ப்பது.
இருள் என்றால்
இயல்பு நிலை இல்லை என ஆவது!

●

45. துவக்கு

தொன்மை நிலத்தில் தொங்கிக்
கொண்டிருந்த உயிர்களை காத்தருளிய
கடவுள் அந்தத் துவக்கு.

துரோகத்தின் உருவத்தைச் சிதைத்த
சிற்பி அந்தத் துவக்கு.

கந்தலாகிக் கிடந்த ஈழத்தின் வானை
தைத்த ஊசி அந்தத் துவக்கு.

சிவம் விட்டுச் சென்ற இடத்தை தொடர்ந்த
பிரபாகரம் அந்தத் துவக்கு.

வஞ்சிக்கப்பட்டோரின் கண்ணீர்த்துளிகள்
அந்தத் துவக்கு.

மேற்காய் வாழும் கிழக்கில் கதிரவனை
நையப்புடைத்தது அந்தத் துவக்கு.

"

சதிகாரர்கள் சூல் அறுந்து போகவே மதி
ஏந்திய சவுக்கு அந்தத் துவக்கு.

மெல்லினத்தின் கொலை வாள்
அந்தத் துவக்கு.

அர்த்தமுள்ள மரணத்தின் கூற்றுவன்
அந்தத் துவக்கு.

அடல் கொண்ட தமிழின ஓர்மையின்
ஆர்கலி அந்தத் துவக்கு.

சோழன் சுழற்றிய கூர்வாள் மீட்டிய
நவீன யாழின் இசை அந்தத் துவக்கு.

உலகிலேயே உயிர் பெற்ற முதல் ஆயுதம்
அந்தத் துவக்கு.

●

46 கடற்புலிகள்

கடற்புலிகள்
கடல்மேலே வாழும் மீன்கள்.
இந்த மீன்களே கடலினுள்ளே
வாழும் மீன்களுக்கு காவல்.

தொங்கு காதில் இருந்த ஓட்டையின்
வழியாக பாயும் புலிகள்.
பாய்ந்த வேகத்தில் உண்டான ஒலியால்
கிலி கொண்டனர் சிங்களப்படைகள்.

கடலில் தீபங்களாய் ஒளிர்வதை
கரையில் இருந்தபடியே பார்த்த
விழிகள் எத்தனையோ.
சற்றுமுன்னரே கையசைத்து வழி
அனுப்பி வைத்த உள்ளங்கள் அது
என்பதே வேதனையோ.

கடல்நீரில் எரியும் அந்தத் தீபங்கள்
கரைக்கு ஒளியாகின.
ஈழத்திற்கு வலிகளற்ற வழியாகின.

அவர்கள் கப்பலோட்டிய தமிழர்கள்.
ஆம்.
விடுதலை நெருப்பை கடல் நீர்
கொண்டு வளர்த்த சூத்திரதாரிகள்.

கப்பலுக்கு எரிபொருள் தமிழர்கள்
தந்தது.
தமிழர்களுக்கு எரிபொருள் கடற்புலிகள்
காவல் என்றானது.

புவியில் சதவீதம் அதிகம் கொண்டு
இருந்தாலும் கூட கடலையும் தாங்கிப்
பிடிப்பது நிலம்தான்.
அதுபோல்
தமிழர் கடலையும் தாங்கிப் பிடித்தது
கடற்புலிகள்தான்.

சிங்களத் தோட்டாக்கள் தமிழ் மீனவர்
மேனியைத் தீண்டியதில்லை
கடற்புலிகள் விழிகள் மூடும் வரையில்.
சிங்களக் கடற்படை செல்லவே அஞ்சும்
கடற்புலிகள் விழி விழிக்கும் திசையில்!

●

47 தமிழ்க்கடல்

தமிழினத்தின் உயிரைச் சுற்றிய
உடல் அந்தக் கடல்.

தமிழர்களின் மிதக்கும் புதையல்
அந்தக் கடல்.

வாணிபம் வாழ்ந்து வந்த குடில்
அந்தக் கடல்.

செல்வங்கள் தேடி தீராத தாகத்தோடு
அலைவோர்க்கு குடிநீர் அந்தக் கடல்.

வயலான் தேரை வடம் பிடித்து இழுத்து
வந்தது அந்தக் கடல்.

அயலான் ஆதிக்கத்தை அகற்றிய
சோழ கொடை வாள் அந்தக் கடல்.

ஊங்கனோர் உழைப்பில் உரு பெற்ற
புகழ் அந்தக் கடல்.

தமிழர் தொன்மையின் தொப்புள்
அந்தக் கடல்.

கடற்புலிகளின் பெருங்காடு அந்தக்
கடல்.

மூச்சு முட்டாத நீரைக் கொண்டது
அந்தக் கடல்.

அடைக்கலம் தேடி விரைவோர்க்கு
மறை அந்தக் கடல்.

தாய் பூமி வெளியில் சுமக்கும் கருப்பை
அந்தக் கடல்.

தமிழீழ மண்ணின் முகவரி அந்தக்
கடல்.

தமிழீழ மக்களின் அஞ்சல் குறியீடு
அந்தக் கடல்.

திரிகோணமலை கொண்டு கடைய
அமிர்தம் மட்டுமே வழங்கும் அந்தக்
கடல் எங்களுக்குப் பாற்கடல்!

●

48 கச்சத்தீவு

இச்சைக்கு பச்சை இரையாவது போல்
புத்தன் சிரிப்பிற்காக பித்தன் அழுகை
இன்றியமையாதது ஆனது.
தமிழர் அல்லாதோர் இருவருடைய
கரங்கள் குலுக்கிக் கொள்வதற்காக
தமிழர் தரணி ஒன்று தமிழருடைய
கரங்களில் இருந்து நழுவி போனது.
இந்தியாவிற்கு இலங்கையே இதயம்
என்றானது;
ஆதலாலே தமிழர்களுடைய இதயம்
தேவையில்லை என்றானது.

இச்சையில் எமது கச்சையை உருவியது
அவர்கள் உள்ளங்கை.
எமது கையெழுத்தொன்றை அபகரித்து
ஆக்கினர் வெறுங்கை.

நட்பைக் காக்க தமிழரின் உப்பைத்
திருடியது குற்றம்.
அந்தக் குற்றம் இழைத்தக் கரங்களே
எங்கள் கொற்றம்.

ஆம்.
மீன்களை விட மீனவர்கள் குறைந்தது
உங்களின் சதி 'வலை'யால்.

சாதியை நியதி என்று நம்புவது மூடத்
தனம் என்றால்
சதியை விதியென்று நம்புவதும் மூடத்
தனம்தான்.

அந்த
ஒப்பந்தம் தமிழர்களுக்கு தீப்பந்தம்
என்றானது.
அந்தத்
தீப்பந்தத்தை அணைக்கும் ஆற்றல்
கடல் நீருக்குக் கூட இல்லை என்றே
ஒப்பந்தம் சொன்னது.

தலைமை நிமிர்ந்தால் கிடைக்கும் தீவு.
தீவு கிடைப்பது மட்டுமே நிரந்தர தீர்வு!

●

# 'கப்டன்' அங்கையற்கண்ணி

கடைவிழி ஒளியாலே வேதனை தீர்க்கும்
கயல்விழி அன்னையை போன்ற ஒருத்தி.
ஆர்ப்பரிக்கும் அலையுடைய வேலணை
தீவு ஈன்ற மறத்தி.

காற்றில் நிலையாக நில்லாத அளவிற்கு
அவளின் எடை.
இருப்பினும்
புயலிலும் நிலைக்கும் அளவிற்கு எடை
உடையதை இல்லாமல் செய்ததற்கு
காரணம் அங்கையற்கண்ணி அணிந்து
இருந்த உடை.

பெண்களில் முதல் கரும்புலி.
தமிழர் கடலில் காங்கேசன் துறை'முகம்'
மீது குத்தப்பட்டிருந்த
கரும் புள்ளியை அழித்து ஈழ வானத்தில்
ஆயினாள் அம்புலி வெம்புலி.

பதினேழு கடல் மைல் தொலைவையும்
மீனாக கடந்தாள்.
அபித கதை முடித்து நட்டநடுக் கடலில்
விண்மீனாக ஒளிர்ந்தாள்.

ஆம்.
அங்கையற்கண்ணி
உயிராயுதத்தை ஊதி விட்டதில் உயிர்
இழந்தது 'அபித' கட்டளைக் கப்பல்.

தமிழ்த் தலைவன் கட்டளை நிறைவு
பெற்றது.
சிங்களத் தலைமைகளின் கட்டளை
முற்று பெற்றது.

ஆறாயிரத்து முன்னூறு டன் எடையை
ஐம்பது கிலோ சமன் செய்வது கணிதம்
காணாதது.
ஆனால்
அங்கையற்கண்ணி சமன் செய்தாள்;
அதுதான் ஒரு புதிய வரலாறாய் ஆனது.

தலைமை கட்டளைக் கப்பல் வெடித்து
எழுப்பிய ஒலி;
சிங்களத் தலைமைக்கு மரண ஓலம்.
தலைமை கட்டளைக் கப்பல் வெடித்து
எழுப்பிய ஒளி;
சிங்களத் தலைமைக்கு பார்வையை
பறிக்கும் மின்னல்.

பெண்கள் என்றாலே தென்றல் என்று
உமிழ் புறம் பேசிய வாய்கள்
அங்கையற்கண்ணியின் வீரம் கண்டு
புயல் என்று தமிழ் புறம் பாடியது!

●

50 மாயதுதி

சேற்றில் புரண்ட மனிதர்கள் கண்டு
சேற்றில் வாழ்ந்து வந்த பன்றிகளும்
சேற்றிலிருந்தே வெளியேறி ஓடியது.

மனிதன்
ருசியில் பிண ஊன் தின்பது கண்டு
பேய்களும் பயந்தது.

குருதி வகைகள் பாராமல் ஓர் இனம்
அதை அருந்துதல் கண்டு மரணமும்
மதி குழம்பியது.

நாவில் குடியிருந்த பொய்களைக்
கண்டு கொடூரம் கூட தற்கொலை
செய்து கொண்டது.

மனிதர்கள் மதியில் உதித்த சதிகள்
பார்த்து வனவாசம் கூட கதவுகளை
அடைத்தது.

நாசியில் நகர்ந்த சுவாச குணம் கண்டு
நச்சுப் பூச்சிகளும் புழுக்களாய் ஆனது.

ஓர் இனத்தின் இனவாதத்தைக் கண்டு
ஆள்தொடா பிணிகளும் புறமுதுகிட்டு
ஓடியது!

●

51 நடுகல்

மக்கள் படுகிற துன்பங்களைக்
கண்டு கல் நெஞ்சம் கொள்ளாமல்
ஈர நெஞ்சம் கொண்டு கரங்கள்
நீட்டி விழி நீர் துடைத்த உயிருக்கு
மக்கள் அகம் நட்டு வைத்தக் கல்
அந்த நடுகல்.
அயலாரால் துஞ்சல் கண்டு கண்
கலங்கி அமங்கலமாய் நிற்கின்ற
தாய் நிலத்திற்கு காலம் சூட்டிய
மங்கலக் குங்குமம் அந்த நடுகல்.

தடுக்கி விழ வைத்தக் கல் அல்ல;
தனது மக்களின் நியாயங்களைத்
தட்டிக் கேட்ட கல்.

மண்ணில் முளைத்திருக்கும் அச்
சிறு கல்தான்
மக்களின் மனதில் வேர்கள் விட்டு
வளர்ந்திருக்கும் மலை.

சிற்பிகள் உளியால் செதுக்காமல்
ஓதுவார்கள் பதிகங்கள் ஓதாமல்
வானை கருடன்கள் வட்டமிடாமல்
குடமுழுக்கு விழா நடைபெறாமல்
'மக்கட்கு இறை' எனும் மறை
பலித்திட பரம்பொருளாக எழுந்தச்
சிலைக கல அந்த நடுகல்.

ஊரைச் சேர்க்கும் மைல் கல் அந்த
நடுகல்.
ஊமைகளுக்கு நடுவில் பேசிய ஒரு
கல் அந்த நடுகல்.
ஊரின் ஒப்பற்ற ஆயுதம் அந்தக் கல்.

ஊரின் மத்தியில் இருந்தாலும்
ஊரில் ஒரு ஓரமாக குடி இருந்தாலும்
குடிகளின் கொற்றம் அந்த நடுகல்.

பழங்கதைகளில் வாழ்ந்த தெய்வம்
அல்ல;
தெய்வம் வாழ்ந்த பழங்கதை அந்த
நடுகல்.

மண்ணின் உண்மையான உயரமான
இராச கோபுரம் அந்த நடுகல்.
வழிபடத் தகுந்த முதன்மை முழுக்கல்
அந்த நடுகல்.

தாய் பூமியின் பசியாற்றிய முதல்
நெல் அந்த நடுகல்.
மண்ணுக்கு முதல் விடியலைத் தந்த
'எல்'லே அந்த நடுகல்!

●

52. மாற்றான் மகள்

பூ குணம் கொண்ட அணுகுண்டை
தாங்கிப் பிடித்த தண்டு.

நெருப்பை வடிவாய் வடித்த தண்ணீர்.

எரிக்காமல் எரிந்த மாநகர் அரசி.

தலைவன்
உடனுறைந்து நிற்கும் ஈழ நில தேவி.

தமிழீழச் சூரியன் சூடிய முழு மதி.

தமிழ்ச் சங்கத்தின் தொனி மாறாது
இருக்க துணை நின்ற பணி.

பெரும் வெள்ளத்திலும், கொடிய மாரி
பொழிகையிலும் விட்டுச் சென்றிடாத
நிலம்.

ஆறுதலை அந்நியம் செய்யாது
அருகிலேயே வைத்த சூழ்நிலை.

தமிழிலக்கியத்தின் வழிநூலாகாது
மூலநூலாகவே வாழ்ந்த வாழ்க்கை.

இயல்ந்த இதிகாசத்தில் திடகாத்திரம்
மிகுந்த கதாபாத்திரம்.

செங்கோல் சென்னிழலில் செம்மை
செய்திட்ட எழுதுகோல்.

போர்க்களங்களில் வெற்றி தோல்வி
கடந்து நிற்கும் பொழுதுகள்.

வெற்றியின் திசைகளைச் சுட்டுவற்கு
மற்ற விரல்களை மடக்கி பிடித்திட்ட
உள்ளங்கை!

●

53 பெண்ணியம்

சாபங்கள் அளிக்கவே பெண்ணினம்
என்று கலையும் கதையும் காதருகே
வந்து துதி பாடிக் கொண்டிருக்கையில்
சாபங்கள் நீக்கிட பிறந்த இனமென்று
தமிழர் இன்னா துடைத்தெறிய
அண்ணா கட்டமைத்த படை அதுவே.

பதியைத் துதித்து துன்பங்கள் ஏற்கும்
இனமென ஆண் நா உச்சரிக்கையில்
'ஆயினும்' என்றல்ல,
'ஆனால்' என்றல்ல,
'இருந்த போதிலும்' என்றல்ல,
பெண்
இனத்தின் இயல்பே இதுதான் என்று
எடுத்தியம்பிய 'ஆ'னா எம் தலைவன்.

கார் கூந்தலைப் பகைமைக்கு தூக்குக்
கயிறாய் மாற்றி குரல்வளை நெறித்த
நெறி கதைகள் ஆயிரம் அறிவோம்.
நகங்களை பற்களாய் மாற்றிட பகை
குருதி வழித்த பெருஞ்செய்தியும் நாம்
அறிவோம்.

ஆண்களின்
குறுஞ்செய்தியை பெருஞ்செய்தியாய்
புகழுரைத்த பாவலர்கள்,
பெண்களின்
பெருஞ்செய்தியை குறுஞ்செய்தியாய்
கூட குறிப்பிடாத குழப்பம் தெளிவீர்.
பெண்களின்
தலையெழுத்தை தன் கரங்களில்
கொண்டு வரும் முயற்சியில்
தன் கையெழுத்தை இழந்த இழிவு
பற்றி பாடம் படிப்பீர்.

பெண்கள்
பாடு பொருளாய் ஏட்டில் இருந்த
பெருமையை தெரிந்து கொள்வீர்.
பெண்கள்
பாடும் பாவலராய் ஏடு இயற்றிய
புலமையையும் புரிந்து கொள்வீர்.

புறம் இயற்றிய பெண்களின் அகம்
அருமையை அறிந்திருந்தால்,
ஆண்களின் மறம் பூவைச் சூடியே
அரங்கேற்றம் ஆகிறது எனும் மெய்
உணர்ந்திருந்தால்,
பெண் நினைத்தால் ஆண் என்பது
பொய்யானது என்பதை நினைவில்
நிறுத்தியிருந்தால்,
பெண்கள் இயல்பை அறுத்தால்
ஆணினம் தூல் அறுந்து போயிடும்
எனும் கூற்றை கூற்றுவன் போலே
எண்ணி இருந்தால்
கூற்றுவன் கரங்கள் பாசக்'கயிறு'
விட்டு பாச'வலை' ஏந்தியிருக்காது!

●

54 பேராண்மை

முத்திரை பறிபோவது அறிந்தும்
நித்திரை இருந்த இனமொன்றில்
முதல் முடிவை தந்த தொடக்கம்
அந்தப் பேராண்மை.

'என்னால் முடியாது', 'உன்னால்
முடியும்' என்று புறம் சுட்டி தமது
புறத்தை போலியாய் பதித்தவர்
பதறிட 'நம்மால் முடியும்' என்று
முழங்கிய சங்கு அந்தப் பேராண்மை.

தேசக் கனவினைக் கொண்டு
பகைமைக்கு நேசக்கரம் தந்தவர்
துரோகம் அதுவென்று புரிந்து
உறவுக்கு உரித்தது என்றிருந்தும்
உயிரை உரித்த வினை அந்தப்
பேராண்மை.

பேயை விரட்டிய பெருஞ்சக்தி
நோயை விரட்ட அலறுகையில்
அதைக் கண்டு கொதித்தெழுந்த
ஒரு சக்தி அந்தப் பேராண்மை.

மறையோன்
ஈரடியில் உலகு அளந்த பெருமை
சிங்களத்தின்
காலடியில் சிறுமை ஆன வேளை
ஓரடியில் அதை மீட்டெடுத்த ஒப்பற்ற
வலிமை அந்தப் பேராண்மை.

நாளும் துஞ்சல் கொள்கையில்,
எட்டும் நஞ்சை உமிழ்கையில்
அதை
வருந்தி அருந்தி உடலை உயிர்
பிரிகின்ற வேளையில் எம்மை
ஏறெடுத்துப் பார்த்த ஒரு பார்வை
அந்தப் பேராண்மை!

●

55 உதிரம்

நிலத்தில் வழிந்தோடிய உதிரம் வடித்த
உருவங்களே எமது தலைமுறை.
கன்னத்தில் வழிந்தோடிய விழி நீர் எம்
இதழ்களில் பட்டு தந்த சுவையே
எமது கதை.

அயலார் ஆட்லறிகள் அதிர்ந்த ஓசை
தமிழர் நிலத்திற்கு பூகம்பம்.
பகைமை துவக்குகள் துப்பிய ஓசை
தமிழர் குடிலுக்குள் ஓநாயாய் புகும்.

அவர்களின் தும்மலும் எமக்கு விம்மல்
ஆனது.
அவர்களின் இருமலும் எம் இதயத்தில்
இடியாய் நுழைந்தது.

சித்தம் குழம்பி சிரித்ததை புன்னகை
என்று பூரித்த மூடனை தேடுவீர்.
பாக்கள் இயற்றி புலமையை நிரூபிக்க
எங்களைப் புழுவாய் துடிக்கத் துதித்த
துதிக்கையை துண்டிப்பீர்.

சதுர மறையின் மதுரத்தை சுவைத்த
உயிரை உதிரம் வழி உருவினீர்.
உதிரம் தீர்ந்த உடலும் மீண்டும் உயிர்
பெறும் சேதியை தாம் மறந்தீர்.

தலைநகர நம்பி தலையை வைக்கும்
ஓர்மை எங்களிடம் உள்ளது.
அனுபவிக்க எம்முறை தவறினாலும்
எமது தலைமுறை தவறாது!

56 திருப்புகழ்

தரணி அதிர அதன்மேல் நடையிடும்
வேழம் மேல் அமர்ந்து வேலம் ஏந்திய
ஈழக் காலத்தின் நல்ல வேளம் அவன்.

வயலான் சின்னம் அதை எண்ணம்
எனக் கொண்டு புவி மீள திண்ணம்
ஏற்று அயலான் ஆயுளை உடைத்து
அயில் கோட்டையை நட்ட கரிகாலன்.

தென்னவன் தேயாமல் காத்த தமிழ்
மொழியை போருக்கு மத்தியிலும்
பொங்கு நிலைச் செய்த மன்னவன்.

ஐயன் மறை போன்று தமிழ் வையம்
முழுதும் ஐயம் இன்றி குறை களையும்
நிறை அருளும் உரை நிறை குளத்து
கரையில் வீற்றிருக்கும் எங்கள் ஐயன்.

பகை பார்வை ஆழ் விரிந்து சுருங்க
சிகை அலங்காரம் அழிந்து விழி நீர்
புடை சூழ பகை குகை குலைந்து சரிய
எதிரில் தென்பட்ட புலிக்குகையில்
வாழும் புவி ஆளும் வரிப்புலி வீரன்.

"புரவி நெருப்பு பட்டு எரிந்த பகைக்
காடுகள் அழிந்தது.
வருடிக் கொடுத்த முரண் கரங்கள்
முற்றிலும் ஒடிந்தது."
என்றே முழங்கிட குரல்வளையில்
இடையூறாய்
தைத்து நின்ற முள்ளை முழுவதும்
நீக்கிவிட்டு சுகம் தந்த வைத்தியன்.

ஓர் ஆயிரம் கரத்தால் கயவர்கள் கதை
ஆயிரம் சொன்னாலும் நம்பியவர்கள்
நல்ல மனம் கருதி அவர்தம் கண்களின்
எதிரே மீண்டும் மீண்டும் தோன்றிடும்
சூரியன்.

தமிழர் வாழ்வு பிறையான போதிலே
அதன் குறையை நீக்க தன் சிரத்தில்
சூடிய சிவன்.
தமிழர் வாழ்வு பிழையான போதிலே
அதை திருத்தம் செய்ய திக்கெட்டும்
தோன்றிய குகன்.

தமிழர் நிலம் தமிழருக்கே தடையான
போதில் காலை மாலை என்று வேளை
எவையும் பாராது படைகள் கட்டி தடை
உடைத்த ஒரு படை வீடுடையன்.

வாக்குகள் மகிழுகின்ற நாக்கு உடைய
மனிதன் என்று ஆறு நிலையும் அறியா
அறிவால் புகழுகிற பெரும் பேறு பெற்ற
மானுடன்.

புகழை திருச் சுட்ட பெரும் புகழ் நிலை
பொதிந்த சுவடு அவர் வாழ்வு என்று
தாழ்வு குணத்தை உடையோரும் தலை
வணங்கும் திருப்புகழ் மாதலைவன்!

●

 எருமை மறம்

எதிரிகளின் இரத்தம் உறைந்தது
வீரர்கள் பலர் புரிந்த வினையில்.
எதிரிகளின் இரத்தம் உறைந்தது
ஒரு சில மாவீரர் பெயர் காற்றில்
மிதந்து வந்து எதிரிகளின் செவியில்
நுழைந்த மாத்திரத்தில்.

கால் நூற்றாண்டில் அவரின் கால்
தடம் பதியாத ஈழ இடம் இல்லை.
வந்திருப்பது பால்ராஜ் என்றால்
எதிரியின் ஆயுதங்களும் அலறித்
துடிப்பதில் வியப்பேதும் இல்லை.

களம் வந்து நின்ற கந்தையா கரம்
வைத்திருக்கும் புல்லும் எதிரியின்
கண்ணுக்கு புலிவால்.
எதிரியின் நவீன பேராயுதங்களும்
கந்தையாவிற்கு புல் போல்.

சிங்களத்தின் கொடும்வினையால்
உடல்நலம் குன்றிய மண் அன்னை
கந்தையா கட்டளைகள் வென்றதில்
உடல் நலம் தேறினாள்.

குடாரப்பு தரை இறக்கத்தில் வான்
முட்ட ஏறியது தமிழர் வீரம்.
நானூறு ஆண்டுகளாய் இருண்டுக்
கிடந்த ஆனையிறவில் ஒளியேற்றி
வைத்தது கந்தையாவின் திருக்கரம்.

எண்ணில் அடங்காத எதிரியர் எதிர்
வந்த போதிலும் ஒற்றை மயிர் கூட
இமைத்தது இல்லை.
கூத்தன் கூட்டம் மாறி களம் வந்து
முக்கண் முழித்தாலும் முதற்கண்
மூடுவதில்லை.

களம் புகாத நிலை காயங்களோடும்
களங்கள் புகுந்து மீட்ட தமிழர் நிலம்
எத்தனையோ உண்டு.
புறநானூறு ஏட்டில் பாவலர் எழுதிய
எருமை மறம் நாட்டில் நடமாடிய அந்தக்
காலமும் உண்டு.

தலைவரின் முகத்தை எத்தனையோ
முறை காத்த கரம் அது.
வல்வெட்டித்துறைக்கும் வன்னிக்கும்
இணைப்பு வீரம் ஆவது.

மறந்தும் கூறாதீர்கள்;
பிணியால் இயற்கை எய்தார் என்று.
கூற மறவாதீர்கள்;
கண்ணுக்குப் புலப்படாத ஒன்றாலே
காற்றோடுகாற்றாக கலந்தார் என்று!

●

புதுயுகம் பிறந்தது

அந்த அறை சிங்கள இனவாதத்திற்கு
கொடுஞ்சிறையாக இருந்தது.
அந்த மேசையின் மேலிருக்கும் தேநீர்
மேயர் அருந்துவதற்கு உரிய
ஆலகால விசமாக இருந்தது.
அந்த இளைஞர்களின் உருவம் மேயர்
நாளுக்கு காலனாக இருந்தது.
அறையில் உலவிய அந்தப் பேச்சுக்கள்
மேயருக்கான தீர்ப்பாகவும் இருந்தது.

தமிழர்கள் தன் தலையில் சுமந்திருந்த
விறகுகளினுள்ளே ஒளிந்திருந்த பொறி
உண்ணத் துவங்கியது விறகுகளை.
எரியும் விறகின் அனலை உணராது
போனால் அடுத்த பலி தமிழர் தலை.

கண்டவன்
நெருப்பைச் சுட்டு விட துணிந்தான்.
துவக்கை எடுத்தான்.
சந்திரசேகராவை நோக்கி குறியை
வைத்தான்.

ஆனால் என் செய்ய?
அந்த விடயத்தில் துவக்கிற்கு துளியும்
உடன்பாடு இல்லை.

ஆம்.
அன்றைக்குத் துவக்கு
துரையப்பாவாய் வேடம் பூண்டிருந்தது.

அது வரைக்கும் கழுத்தில் தங்கிக்
கொண்டிருந்த ஆலகால விசம்
சிவகுமாரனின் உயிரில் தங்கியது.

'உலகத் தமிழ் ஆராய்ச்சி மாநாட்டில்'
மாண்ட தமிழர்களின் சாவுக்கு மூலம்
'மேயர்' துரையப்பாவும் சாகவில்லை.
துரையப்பா மூலம் ஒன்பது தமிழர்களைச்
சாகடித்த சந்திரசேகராவும் சாகவில்லை.

பிரச்சனை இல்லை.

அந்த அறையில் இப்போது நடைபெறுவது
சிவகுமாரனுக்கு மீளுயிர் புகட்டும் வேலை.
சயனைடு அருந்தி காவியமானவன்
'வரதராச பெருமாள் ஆலயத்தில்' மீண்டும்
தோன்றுவான் நாளை.

நாளை என்பது வெள்ளி.

ஆம்.
நாளை என்பது தமிழ் இனத்திற்கு வெள்ளி.

அன்றைய இருள் முடிந்தது.
நாளைய காலை விடிந்தது.

இருபத்தியொரு ஆண்டுகளுக்கு முன்னர்
வல்வெட்டித்துறையில் வேலுப்பிள்ளையின்
வீட்டில் கேட்ட அதே பிரசவச் சத்தம்
இப்போது வரதராச பெருமாள் ஆலயத்தின்
வாசலில் கேட்டது.

ஈழத்தாய் ஒரு வீரப்புதல்வனை பிரசவித்து
இருந்தாள்.

இந்த முறை
துவக்கு துரோகம் எதையும் புரியவில்லை.

ஆம்.
மீண்டும் உயிர் பெற்று களம் வந்து
நின்றிருந்தது சிவம்.
துரையப்பாவை சுட்டது பிரபாகரம்.
தமிழினத்திற்கு பிறந்தது புதுயுகம்!

●

59 விடுதலை

ஏதிலி வாழ்க்கையில் தாய் நிலம்
விடுதலை.

அடிமைத்தனமிகு வாழ்க்கையில்
சிந்தனை விடுதலை.

பிணிகள் சூழ்ந்த உடல் உயிருக்கு
மரபு வழி விடுதலை.

சிறைப்பட்டு கிடக்கும் ஆயுளுக்கு
ஊர் திரும்புதல் விடுதலை.

கணத்த மூளையைப் பெறுவதற்கு
புத்தகங்கள் கணப்பது விடுதலை

இதயம் இலகுவாவதற்கு இயல்பில்
இருப்பது விடுதலை.

இருந்த இடத்திலே இன்பம் அடைய
சுற்றுச்சூழல் நலம் விடுதலை.

வள்ளல் ஒருவோனை வேண்டாத
நிலைக்கு இச்சை துறப்பு விடுதலை.

மனிதனுக்கு
மனிதனே உணவாய் மாறுவதைத்
தடுக்க பச்சைக் காத்தல் விடுதலை.

போர் சூழல் அறவும் இல்லாத பூமி
பேண கல்வி விடுதலை.

அந்நியர் ஆதரவு நிலை கொள்ளாத
விடுதலைக்குப் பெண் விடுதலை!

●

60 திருவாசகம்

வெள்ளைக்காரன் அதிகாரத்தில் கூட
வெறுங்கை இருந்தது.
ஆனால் சிங்களவன் அதிகாரத்தில்
தமிழர்கள் உள்ளங்கையில் வேதனை
அல்லவா இருக்கிறது.

அகிம்சையின் மகிமையே எதிரிகள்
அதை ஒரு பொருட்டாக எடுப்பதிலே
அடங்கியிருக்கிறது.
அகிம்சையின் மகிமையே மற்றொரு
வழியாக ஆயுதவழியை தன்முன்னே
தடுப்பாக வைத்திருப்பதிலே உள்ளது.

இந்தியாவிற்கு அது வாய்த்தது
காந்தியின் அகிம்சை வழி மகிமையை
நேதாசியின் ஆயுத வழியே இறுதிவரை
ஆங்கிலேயனுக்கு உணர்த்தியது.

ஆனால் ஈழத்தில் அப்படி இல்லை.
அகிம்சை வழியை ஒரு தொல்லை
போன்று கூட சிங்களம் பார்ப்பதில்லை.

சிங்களக் காடையர்களின் ஆயுதப்
பயிற்சிக்கு தமிழர்களின் அகிம்சை
அல்லவா பலியானது.
தமிழ்த்
தலைவர்களின் பொறுமையினால்
புலிகள் எலிகளிடம் கடிவாங்கியது.

உச்சக்கட்டமாக
பாணந்துறை அர்ச்சகரை சிங்களக்
கொடூரம் நட்டநடு வீதியில் தீயிட்டுக்
கொளுத்தியது.

சிவன் சிவனேனு இருந்தான்.
புத்தன் தியானத்தில் இருந்தான்.

அர்ச்சகர் படுகொலைக் குறித்து
வேலுப்பிள்ளை வீட்டுத் திண்ணையில்
நடைபெற்றது புலன் விசாரணை.

குற்றவாளிகள் யாருமே விசாரிக்கப்பட
இல்லை.
மாறாக இறந்தவர் விமர்சனம் செய்யப்
பட்டார்.

"ஓடியிருக்கலாம்; ஒளிந்திருக்கலாம்"
என்று அவர்கள் பேசிய பேச்சு
ஒவ்வாமை தந்தது ஒரு சிறுவனுக்கு.
"ஏன் திருப்பி அடிக்கவில்லை?" என்று
அந்தச் சிறுவன் கேட்டக் கேள்வியில்
கேசம் அதிர்ந்தது அந்தச் சிறுவனின்
தந்தையான வேலுப்பிள்ளைக்கு.

திண்ணை திரும்பிப் பார்த்தது;
திண்ணையில் இருந்தவர்களும் கூட.

"ஒரு வாசகம் என்றாலும் திருவாசகம்
சொன்னான் அந்தச் சிறுவன்" என்றே
'வரும்'காலம் சொன்னது!

●

61 தியாக சீலன்

மாயோன் மண் பெற்ற சேயோன்.
முதல் மரபு வழிப் படையணியின்
மூலவன்.
மூன்று முறை உயிரை பணையம்
வைத்த மறவன்.
இறந்து மீண்டும் உயிர்த்தெழுந்த
தேவன்.
அவன்தான்
சாள்சு அன்ரனி என்கின்ற சீலன்.

மதம் இல்லை; சுயநலம் இல்லை;
வினைகள் சூட்டிய புனைப்பெயர்கள்
ஏராளம்.
கெரில்லா முறையிலிருந்து மரபு
வழியாக விடுதலைப்புலிகள் மாறிட
சீலனே ஆதாரம்.

இயக்கத்திற்கு புது இரத்தம் பாய்ச்சிய
திருப்புமுனை.
அவன் இருக்கும் இடத்தில் தானாகவே
அமையும் களமுனை.

சிங்கத்தின் முகத்தில் கரி பூசிய புலி.
உயிரை மட்டுமல்ல;
உடலைக் கண்டு கூட சிங்களவர்கள்
உற்றனர் பெரு கிலி.

அவன் சினத்திற்கு அர்த்தங்கள் உண்டு
அவன் சின்னத்திற்கு வல்லமை உண்டு.

குண்டுகள் வாங்கியது,
பயிற்சியின் போது மார்பினில்
முயற்சியின் போது காலில்
உயர்ச்சியின் போது தலையில்.
தொண்டுகள் ஆகியது,
பயிற்சியில் கடமையை ஊட்டியது
முயற்சியில் ஆயுதங்களை மீட்டது.
உயர்ச்சியில் நாட்டுடைமையானது.

அவன்
விடுதலைப்புலிகளின் மேனியிலே
அமைந்த வீர மச்சம்.
அவன்
வரலாற்றைப் படித்தால் ஊர்க்குருவி
கூட தொடும் உச்சம்.

அவன் துரோகத்தினால் வீழ்ந்தான்.
மீசாலை மண்ணில் விழும் போதும்
மீசையாக விழுந்தான்!

●

 மார்க்கண்டேயன்

வந்தக் கப்பலில் சென்றிருந்தால் எமது
தலைவர் அன்றே இறந்திருப்பார்.

குடும்பம் எண்ணி எல்லைக் கோட்டில்
புலியாக அல்லாமல் புறாவாக மாறி
இருந்தால் அன்றே அவர் இறந்திருப்பார்.

உச்சியில் அழைத்து உயர் அதிகாரிகள்
உரைத்த உரையில் உறைந்திருந்தால்
அன்றே அவர் இறந்திருப்பார்.

நாடுகள் ஒன்றுகூடி ஒப்பந்த சுதந்திரம்
தருகிறோம் என்றக் கூற்றில் தனி ஈழம்
பெற ஒப்புக் கொண்டிருந்தால் அன்றே
அவர் இறந்திருப்பார்.

சுட்டு விரலுக்குப் பின்னால் தன்னையும்
தன் குடும்பத்தையும் நிறுத்தியிருந்தால்
அன்றே அவர் இறந்திருப்பார்.

காடுகள் அழைக்கையில் குகையிலேயே
இருப்புக் கொண்டிருந்தால் அன்றே அவர்
இறந்திருப்பார்.

ஆழி அழுகையில் கரையில் இருந்தபடியே
கைக்குட்டையை வீசியிருந்தால் அன்றே
அவர் இறந்திருப்பார்.

புயலுக்கு பூ முகத்தைக் காட்டியிருந்தால்
அன்றே அவர் இறந்திருப்பார்.
பூவிற்கு புயல் மனதைக் காட்டியிருந்தால்
அன்றே அவர் இறந்திருப்பார்.

திலீபனின் தியாகத்தின் ஒளியில் நவீன
ஆயுதங்களை வைக்காது போயிருந்தால்
அன்றே அவர் இறந்திருப்பார்.

சுற்றி வளைக்கப்பட்ட போதில் பிணிகள்
உற்றிருந்தால் அன்றே அவர் இறந்திருப்பார்.

நிமிர்ந்த தலை கொண்டு அல்லாமல்
குனிந்த தலை கொண்டு இறந்திருந்தால்
அன்றே அவர் இறந்திருப்பார்.

தாய் மண்ணை விட்டு அகன்று வாழ்ந்து
இருந்தாலும் அன்றே அவர் இறந்திருப்பார்!

●

63 இல்லாத இதயம்

புலிகளின் குகையில் எலிகள் தங்குவது
முறையா?
இல்லை புலிகள் துயிலுவதாலே எலிகள்
வீரம் கொண்டது எனலாமா?

தமிழ்நாட்டில் தமிழ்த்தேசியம் தவிர்த்து
மற்றத் தத்துவங்கள் ஆளுதல் தகுமா?
இல்லை ஆளத்தகுந்தவன் அஞ்சியதால்
போலி மெய் வேடம் இட்டது எனலாமா?

உறையில் கூர்வாள் வாழுதலாலே நாடு
நலம் அடையுமா?
கூடுபோல் உறையிருந்தால் உறையின்
வெளியே மானுடம் எழுப்பிடும் கூக்குரல்
கேளாது போகுமா?

மொழிக்கு இன்னல் தந்தவர் சதையை
கிழிக்காத கூர் ஒன்று
உமிழ் நீரிலும் நனையத் தகுதியில்லை.
தாங்கிய மண்ணை மிதித்து பேசுகிற
நாவில் கொடுஞ்சொற்களும் வாழ்ந்திட
விரும்புவது இல்லை.
உணர்வில் பட்ட கொடுமையை தட்டிக்
கேட்காத குரல்வளையில் தாய் மொழி
தாய்மை உணருவது இல்லை.
கேள்விகள் ஒன்றைக் கூட வைக்காமல்
பதில்கள் பல கூறும் மூளை
மிருகங்களும் உண்ண உகந்ததில்லை
ஒவ்வாத உரிமைகள் கோரும் யாருட
உடல் அதன் உயிரைக் கூட தொடுவது
இல்லை.

போற்றத்தக்கதை தூற்றும் இதயத்தை
மண்ணும் தன்னுள் வாங்குவதில்லை.
நெருப்பும் ஒப்புக்குகூட சுடுவதில்லை.
மரணமும் மனதார ஏற்பது இல்லை.
தற்கொலையும் வா என்று வரவேற்பது
இல்லை.

வாங்கிய வயிறு வாடுவது போலே
கொண்ட வலிமையும் வீண் என்க!
தாங்கிய நிலம் வருந்துவது போலே
கொண்ட எளிமையும் வீண் என்க!

●

64 செங்கொடி

செங்கொடி
அவள் தீயின் வெப்புள் கொடி.

செங்கொடி
தீயில் அல்ல;
அவள் தீயே உருவான கொடி.

செங்கொடி
அவள் வெளிச்சத்தின் மேலே ஒரு படி.

செங்கொடி
அவள் பெண்ணியத்தின் ஏணிப் படி.

செங்கொடி
'அவள்' எனும் பெருமைப்பட அவளைப்
படி.

செங்கொடி
அவள் தியாகத்தை மறந்தால் நாடே
நரகத்தின் வாசற்படி.

செங்கொடி
அவள் பயணம் தொடங்கிய கதையைப்
படி.

செங்கொடி
அவள் பயணத்தை முடித்த கதையைப்
படி.

செங்கொடி
அவள் மரணம் எழுப்பிய கேள்வியைப்
படி.

செங்கொடி
அவளை உண்ட நெருப்பை தனியாகப்
பிரித்தறி.
அவளின் மரணத்திற்கு காரணமாகிய
கயவர்களின் மேல் வீசி எறி!

●

65 பரியேறும் நல்லூரான்

அகத்தினை அவனின் இருப்பினை
சேயோனை சேவற்கொடியோனை
நிறுத்தினை ஒரு உறுத்தினை
வினை கெடுப்பினை தொட்டனை
ஒருகாலும் தீண்டாது அவ்வுயிரினை.

நல்லூர் வாழ்பவன் ஒருமுக பரியினை
இருக்கையாக இருத்தினை அது மேல்
ஏறி வருகிற காட்சிதனை கண்டாலே
பன்முக நரியது மதிதனை கொண்டோர்
யாவருமே மரண ஓலத்தை விண் அதிர
மண்மேல் கொடுத்தனை.

நிந்தனை செய்யா சிந்தனை
சிந்தையில் இருத்தினை இவ்வுலகம்
இருக்கும் வரை மூப்பு ஆகாத
நிலையினை முப்பொறி அனலினை
ஆவியும் ஆகாத ஒரு நிலை அருளும்
அவனின் கரவேலினை இடையறாது
இங்குள்ளவரை நன்றாய் துதிப்பினை.

சுடும் வினை கனவிலும் தொடாத
நிலை அது வரும் வரை ஐந்தினை
ஜயம் சாகும் வரை தெய்வம் உண்டு
எனத் தோன்றும் வரை தோன்றிய
இயலது தெளிவாய் தெரியும் வரை
தென் சூரியல் தேய்ந்த நிலல வரை
இடுகாடு இடும் வரை இச்சையற்று
இறைவனை நிலனை இங்குள்ளவரை.

திருநீறு பூசிய நெற்றியினை காணும்
விழிகள் பெற்றிடும் ஒளியினை அது
தரும் உனக்கு நல் வாழ்வினை காலம்
முழுதினை குறிஞ்சித் தலைவனை
பதிகங்கள் பாடித் தழுவினை அழுகுரல்
சேராது இதயத்தில் தனை தீயோர்
உமிழ்நீர் பட்ட மேனிதனை துடைக்க
கந்தன் தருவான் மழைப் பொழிவினை.

நல்லூர் கந்தன் திருவடிதனை பற்ற
நலம் சூழும் வாழ்வுதனை ஏற்ற பின்
மறவாதே அழகன் அருள்தனை பின்
தூற்றாதே ஒரு உயிர்தனை சிந்திய
அதன் விழிநீர் அழித்திடும் உந்தனது
அழகான விடியல்தனை அளித்திடும்
அச்சம் மிகுந்த இருள்தனை.

நல்லூர் உறையுள் நற்றமிழ் காவலன்.
நற்றமிழ் காத்தோர்க்கு மனத்துள்ளே
குடி கொண்ட மூலவன்.
வேதனை என்று தமிழ் உரைத்தாலே
கரம் விட்டு பாய்ந்து கடமை செய்யும்
ஆயுதம் ஏந்திய வேலவன்.

ஆடவன் அவன் அடியார்க்கு அன்னை
ஆனவன்!

●

66) ஆனையிறவு

சிங்களவர்கள் கரத்தில் இருக்கும்
வரைக்கும்
அந்த இரவு தமிழர்களுக்கு இருள்.
தமிழர்கள் கரத்தில் வந்தால்தானே
அந்த இரவு தமிழர்களுக்கு பகல்.
ஆம்.
அது
நானூறு ஆண்டுகளாய் தமிழரின்
தொண்டையில் சிக்கிய முள்ளின்
துகள்.

ஆனையிறவு
இலட்சத்து நாற்பத்து ஆறாயிரம்
இரவுகள் இருளில் கிடந்தது.
ஆனையிறவு
மூவாயிரத்து அறுநூற்று ஐம்பது
இரவுகள் பகல் நோக்கி நடந்தது.
ஆனையிறவு
முற்பத்து ஆறு இரவுகள் வெயிலில்
வெந்து கொண்டிருந்தது.
ஆனையிறவு
நிலத்தில் புலிக்கொடி உயர பறந்த
பிறகே ஆனையிறவுக்காடு வெந்து
தணிந்தது.

ஆனையிறவு என்னும் பெருஞ்சமர்
இரண்டாம் உலகப்போர் போல்றே
ஒரு வெஞ்சமர்.
லெனின் கிராட் மக்கள் துணிவில்
சாம்பலான இட்லர் முடி போன்றே
சிங்களத்தின் அடிமுடியை அளந்தது
தமிழீழ மக்கள் உற்ற 'அச்சம் தவிர்'.

வென்றனர் என்று சொல்வதை விட
மீட்டனர் என்று சொல்வதே நலம்.
ஏனெனில் ஆனையிறவின் மூலப்
பத்திரத்தின் படி அது தமிழர் நிலம்.

ஆனையிறவை தாங்கிய கரங்களில்
தானாய் வந்து சேரும் தமிழீழ நாடு.
ஆதலால் தலைவரின் கூற்றுப் படி
கூற்றுவனைக் இருக் கரம் பிடித்த படி
புலியணிகள் புறப்பட்டது புலிக்கொடி
துணையோடு.

புனைவு என்று வருங்காலம் கூறுகிற
படி யுத்தம் இருந்தது.
ஒற்றை மடங்கிடம் நாற்பது மடங்கல்
வீழ்ச்சி உற்றிருந்தது.

நேரில் கண்டவர்கள் போரைக் கனவு
என்று கரம் கிள்ளுவர்.
கிள்ளியது மடமை; கண்டது உண்மை
என்பது தெளிந்த பிறகு
சங்ககாலம் அதை சத்தியம் கூறுவர்.

தமிழர் கடலில் எழுந்த ஓயாத அலைகள்
கடலுக்கு உரித்து.
அலைகள் இழுத்து வருகின்ற உடமைகள்
தமிழர்க்கு உரித்து.

நானூறு பாடல்களும் நங்கூரம் இட்ட
போர்க்களம்.
ஒட்டுமொத்த புலிகளும் ஒன்றுகூடிய
உப்பளம்!

●

தோழரும் தலைவரும்

அகிம்சையால் அளவு கடந்து
போற்றப்பட்ட ஆயுதங்களே இருவரும்.
ஆயுதங்கள் கைப்பிடியாகக்
கொண்டது 'தோழர்' தமிழரசனையும்
'தலைவர்' பிரபாகரனையும்.

கந்தன் வேலை விட அவர்களின் கரம்
பிடித்திருந்த ஆயுதங்களுக்கு வேலை
அதிகம்.
சக்தியில் இருந்து உருவாகிய வேலை
விடவும் அவர்கள் உண்டாக்கிய
வேலுக்கு சக்தி மிகவும் அதிகம்.

அவர்கள்
செந்நீரில் நனைந்த ஆயுதங்கள்;
கண்ணீரைத் துடைத்த கரங்கள்.
அவர்கள்
நிலத்தைப் பிளந்து பிறப்பெடுத்தவர்கள்.
அவர்கள்
இரண்டு பேரும் பட்ட காயங்கள்
தமிழீழ உள்ளத்திற்கு மருந்துகள்.

சாதீயம் சாகும் வரை கிட்டாது நமக்கு
விடுதலை.
விடுதலை அளித்தது காந்தீயம் என்று
நம்புகிற வரை எட்டாது உரித்த நிலை.

இருபேரும எழுத்து வைத்த முதல் அடி
பகைமைக்கு இடி.
அண்ணன்கள் இருபேரும் இயற்றியது
இன்னொரு ஈரடி.

இருவரையும் தவிர்த்து விட்டு தமிழர்
நிலம் மீட்பது முடியாத காரியம்.
இருவரையும் மீட்டுக் கொண்டு வந்து
களம் கண்டால் முடியாதோ காரியம்?

ஆயுதங்கள் இன்னும் அழியவில்லை;
கரத்தில் இருந்து விடுபட்டே இருக்கிறது.

நீட்டினால் கரங்கள் நீளாமல் இருக்கப்
போவதில்லை.
எடுத்தால் கரங்களில் ஆயுதங்கள்
வாராது அடம் பிடிக்கப் போவதில்லை!

●

68 வங்கமும் புலியும்

இருவரும்
எதிரிக்கு இம்சை தராத அகிம்சையை
மக்களுக்கான துரோகம் என்றவர்கள்.

இருவரும்
வரலாற்றில்
ஒப்பந்த விடுதலையை வேண்டாதவர்கள்.

இருவரும்
வரலாற்றுச் சிறப்பு மிக்க
ஒப்பற்ற இராணுவத்தை அமைத்தவர்கள்.

இருவரும்
தாய் நாட்டின் வனவாசத்தை முடிவுக்கு
கொண்டு வந்தவர்கள்.

இருவரும்
வரலாற்றில்
தமது இறப்பை உறுதி செய்யாதவர்கள்.

இருவரும்
வரலாற்றில்
தங்களது இருப்பை உறுதி செய்தவர்கள்.

இருவரும்
ஒப்பந்த விடுதலையை எரிக்க தீப்பந்தம்
ஏந்தியவர்கள்.

இருவரும்
வரலாற்றில்
ஆயுதங்களிடம் புறமுதுகிடாத புறநானூற்று
இலக்கணங்கள்.

இருவரும்
இக்கணம் வரைக்கும் எதிரிகளால் கூட
நேசிக்க தேடப்படுபவர்கள்!

●

69 சல்லியர்கள்

வெடியோசை போர்க்களத்தில் கேட்டு
கூற்றுவனின் தடம் அங்கே பதியும்
பொழுதிற்கு முன்
ஒரு குலம் அக் களத்தினில் விரையும்.

இனவாதம் கொண்ட சிங்களவர்கள்
உண்டாக்கிய காயங்கள்
அதை ஆற்றுப்படுத்தும் மருந்துகள்.

ஈழ விருட்ச நிழலில் அமர்ந்திருக்கும்
சிங்களவர்களின் படியில் ஈழப்பழம்
விழாது தடுக்கும் அரண்.
காலன் பிடியில் புலிகள் போவதைத்
தடுத்துக் காக்கும் சிவன்.

விழுப்புண் வழியாக நுழைந்திட
முயலும் மரணத்தை இடைமறித்து
நிற்கும் அவர்கள் பணி.
வெற்றியோசை எப்படி கேட்டாலும்
வலிகுரலை மட்டும் தனியே பிரித்து
நுகரும் சல்லியர்களின் செவி.

போர்க்களமெல்லாம் குடி கொண்ட
தெய்வங்கள்.
புலிகளை புவியிலிருந்து நீங்காமல்
காத்தவர்கள்.

துர்நாற்றம் வீசியும் துளியும் முகம்
சுளிக்காத அன்னை.
கைக்குழந்தை முதல் கைத்தடி ஊன்றி
நடமாடும் வயதுடையோர் வரை
எல்லோரும் அவர்களுக்குப் பிள்ளை!

●

70 யாவுமானவர்

ஆதி மனிதன் வேலாயுதம் கொண்டு
காவலை புரிந்தனன்.
நீதி மனிதன் வாள் எடுத்து தமிழினப்
புகழைச் சேர்த்தனன்.
மறை மனிதன் ஓலை எடுத்து இயற்றி
காலம் நிலைக்க வைத்தனன்.
ஒரு
மாமனிதன் துவக்கை எடுத்து தமிழர்
துன்பத்தை நீக்கினன்.

தாயொருத்தி புறந்தள்ளினள் தமிழர்
கிழக்கை.
அந்தக் கிழக்கு தனது கரம் ஏந்தியது
விடிவு என்னும் துவக்கை.

தமிழர் கடலை தாங்கிப் பிடித்த நிலம்.
தமிழர் நிலம் அது வறண்டு போகாமல்
நனைத்து வந்த மாமழை.
தமிழர் வாழ்வு இறந்திடச் செய்யாமல்
வைத்திருந்த உயிர் வளி.
தமிழர் இருள் ஒளிக் கூரால் மாய்ந்திட
அருகிலேயே ஒளிர்ந்த தீபம்.
தமிழர் குரல் தனித்து போகாது இருக்க
அகிலத்தை மீறிய வெளி.

சிங்களத்தால் சிறைப்பட்ட பிண்டம்
அதற்கும் அபயம் தந்தனன்.
விடுதலை தம் உரிமை என்றுணர்ந்த
புள்ளினங்களுக்கு பறக்கச் சிறகுகள்
உபயம் பிரபாகரன் என்றே ஆயினன்.

கொடும் பசியில் வாடிய வயிருக்கு
பயிர் ஆயினன்.
ஒரறிவு முதல் ஆறறிவு வரைக்கும்
உயிர் ஆயினன்.
உரிமைகள் வேண்டும் நிலத்திற்கு
தியாகம் ஆயினன்.

போராடத் துணிந்து நிற்பவர்களுக்கு
வாழ்வு ஆயினன்.
நல்ல மனிதர்களின் நாவில் தமிழ்
மறை ஆயினன்.
புவியில் வாழும் உயிர்களில் வள்ளல்
ஆயினன்.

எதிர்க்க ஓங்கும் கரங்களில் உரிமை
ஆயினன்.
அணைக்கும் கரங்களில் பேரன்பு
ஆயினன்.
ஒரு சொல் என்றாலுமே திரு என்று
ஆயினன்.

தொண்டு வரலாற்றை அறிந்தவர்க்கு
உறைவிடம் ஆயினன்.
கந்தல் எனினும் மானத்தைக் காத்த
ஆடை ஆயினன்.
புவியில் இன்னும் பிறக்காத பிறவிக்கும்
ஊங்கனோர் ஆயினன்.

பொய்மை உணர்ந்து வருவோர்க்கு
வாய்மை ஆயினன்.
எழுந்து நிற்க முயலும் எளியவர்க்கு
துணிவு ஆயினன்.
துரோகம் துளியாயினும் அவர்களுக்கு
மரணம் ஆயினன்.

போரின் வியூகத்திலும் வெற்றியிலும்
அறம் ஆயினன்.
எதிர்வரும் கணங்கள் கணத்த போதும்
எதிர்த்து பாயும் வேல் ஆயினன்!

●

71 வெற்றித் திலகம்

எட்டு வைத்தப் புலிகளின் நெற்றியில்
தமிழர்கள் இட்ட வெற்றிப் பொட்டு
அவர்.
நேச தேங்களுடன் பகைவர்கள் பாய்ந்து
வரும் போதில் புலிகளைக் காத்து நின்ற
சுவர்.

பகைவர்கள்
உலகின் மூலை முடுக்கில் எங்கு
ஒளிந்தாலும் அவரின் மூளை கண்டறியும்.
ஆனால்
அவர் மூளை எங்குள்ளது என்று
கண்டறிய நாடுகளே ஒன்றிணைந்தாலும்
தோல்வியுறும்.

அவர் அரண் கண்டு
கூற்றுவன் குரல் நடுங்கியே நின்றிட
வேண்டும் ஒரு ஓரம்.
அவர் ஆற்றல் கண்டு
வல்லாதிக்க எண்ணத்தை ஒடுக்கிட
வேண்டும் அகிலம்.

அவர் உள்ளங்கையில் உலகம் சுழலும்.
ஐந்து விரலால் உள்ளங்கையை மடக்கி
மறைத்திட உலகம் இருளும்.

அவர் உளவின் உறுதி இமயத்தின்
உறுதியை விடவும் அதிகம்.
ஆறடியில் எழுந்த மலையே பொட்டு
அம்மான் என்கின்ற உருவம்.

அவர் சுட்டுகிற திசைகளில் புலிகள்
நகர்ந்தால் இரை கிடைப்பது உறுதி.
பகைமையின் இரைப்பையை
கிழித்து எறியும் அவர் உளவு உறுதி.

விடுதலைப் புலிகள் கரம் தாங்கிய
ஆயுதங்களின் சக்தி.
பகைமையை எண்ணில் அடங்காத
முறை தாக்கியும்
கூர்முனை மழுங்காததன் காரணம்
பொட்டு அம்மானின் யுக்தி.

விடுதலைப் புலிகளின் பாதுகாப்பு
பொட்டு அம்மானின் புலனாய்வு.
ஈழ விடுதலைக்குப் பெரும் பொறுப்பு
பொட்டு அம்மானின் பாதுகாப்பு.

உலகின் அலைவரிசை பொட்டு பெயர்
கேட்டு அதிர்ந்தது.
புலிக்குகைக்குள் செல்ல இயலாமல்
மீண்டும் வந்த இடத்திற்கே திரும்பியது.

'அவர் இருக்கிறாரா? இல்லையா?' எனும்
கேள்வியில் 'இருக்கிறார்' எனும் பொருள்
உண்டு.
ஒருநாள் அநேக பொய்கள் புலம்பும்
பொட்டு அம்மான் வருகையைக் கண்டு.

அவர் தலைவரின் உள்ளம்.
அவர் தலைவரின் நிழல்.

அவ் உள்ளம் இருக்கையில் உருவமும்
இருக்கும் என்பது நியதி.
நிழல் இருக்கையில் வழங்கிய மரமும்
அருகில் இருக்கும்;
மறந்தும் கொள்ளாதீர்கள் மறதி.

ஒருநாள் உள்ளமும் உருவமும் நேரில்
தோன்றும்.
துயில் கொண்டிருக்கும் ஆயுதங்கள்
விழித்து எழும்.
எமது தலைவன் வந்தான் என்று வீரம்
உச்சி முகரும்.
மிச்சம் வைத்திடக் காரணமான உச்சி
உறையும்!

●

'கப்டன்' மில்லர்

கடல் நீரில் கழனிகளை விளைவிக்கும்
உள் ஆற்றல் கொண்டான்.
தன் தலைவன் போல் கரும்புலிகளுக்கு
முதல் அடியை வகுத்தான்.
மையல் உறும் வயதில் தமிழ்த் தையல்
நிலைமையை உணர்ந்தான்.
திணையற்ற தமிழரின் ஆழிக்கு மில்லர்
நெய்தலாய் உருமாறினான்.

"விடை தரும் அகவையா?"

விடைதான் தந்தான் புலிகளுக்கு.
ஆம்.
நல்லதொரு விடை தந்தான்.

"வீட்டில் இருந்தால் இது தேவையா?"

வீட்டில்தான் இருக்கிறான்.
ஆம்.
ஒவ்வொருவர் வீட்டிலும் இருக்கிறான்.

இயற்பெயர் எதுவாய் இருப்பினும்
இயக்கப்பெயர் எதுவாய் இருப்பினும்
இறுதிப் பெயரே இயங்கும் பெயர்.
அந்த இயங்கும் பெயரே ஒருவனை
புறக்காலம் தாண்டியும் இயக்கும்
பெயர்.

அவனுக்கு
அன்னை வைத்தது 'வல்லிபுரம் வசந்தன்'.
அண்ணை வைத்தது 'கப்டன் மில்லர்'.
அன்னை ஈழம் மண் வைத்தது 'மாவீரன்'.

நெல்லியடி முகாமின் நெற்றிக்கு குறி
வைத்தான்.
ஒருவேளை
குறி குலைந்தால் நெற்றி சுதாரிக்கும்
என்று அவன் சிந்தித்தான்.
ஆகையால்
மில்லரே தோட்டாவாய் உருவம்
ஆயினான்.
தோன்றின் புகழொடு தோன்றினான்.

நெல்லியடி முகாமுக்குள் கரும்புலியாய்
அவன் குதித்தான்.
கருத்த புகை மண்டலத்தை வான் தொட
தோற்றுவித்தான்.

சற்றுநேரத்தில்
கரும் புகை மண்டலம் வெந்து தணிந்தது.
அதில்
எங்களது தமிழீழம் அழகாய்த் தெரிந்தது!

●

நெய்தல் திணைத் தெய்வம்

ஆயுதங்களை கரம் தாங்கும் முன்
வரை காந்தி.
ஆயுதங்களை கரம் தாங்கிய பின்
'கேணல்' சூசை.

தமிழர்களின் குடலாம் தமிழர்கள்
கடலை எவரும் உறுவாது இருக்க
கடலை கண்ணுக்குள்ளே வைத்துக்
காத்த இமை.
ஆயுதங்கள் தேவையில்லை;
இமையற்ற கண்களை மிக எளிதில்
தூசியே துளைக்கும் என்பதை ஆழ்
மனதில் வை.

கடலை அயலார் கடையாது இருக்க
சூசை எனும் புயல் மையம் கொண்ட
இடம் கடலின் கரை.
கரை மீது ஏறி நின்றே கடலுக்கு
கரம் அசைப்போம்;
அதில் கரையையே மறப்போம்.
அதுதானே தமிழர்கள்
வரலாற்றில் செய்யும் பெரும் பிழை.

தமிழர் கடலுக்கு உப்பானது கடற்
புலிகளின் குருதி என்றானது.
தமிழர் கடலில் தமிழர்கள் வாழ்வு
ஓடிட சூசையே அச்சாணியானது.

நீர் இன்றி அமையாது உலகு.
தமிழ் நீர் இன்றி அமையாது தமிழீழ
நாடு.

கடல் நீரை தனது உயிர்க் காற்றாக
சுவாசித்தவர் 'தளபதி' சூசை.
அயலாரால் காயம்பட்ட தமிழர்கள்
கடலை தூக்கிச் சுமந்த சிலுவை.

கடற்புலிகளின் படகுகளே தமிழர்கள்
கடலின் அலைகள்.
'தளபதி' சூசையே தமிழர்கள் கடலின்
மாதொரு 'பாகன்'.

சிங்களக் கப்பல்களையும் விழுங்கும்
ஆற்றல் கடற்புலிகளின் படகுகளுக்கு
உண்டு.
உண்டு என்பது உண்டானது சூசையின்
பயிற்சியால் ஆனது.

தமிழர்களின் கடலை கண் கலங்காது
வைத்திருந்தவர்.
எந்தக் காலம் வந்தாலும் விருட்சத்தை
விட்டு நீங்காத வேர் அவர்.

கரை ஒதுங்கும் வரைக்கும் கடல்தான்
அவருக்கு எல்லாம்.
ஒதுங்கும் முன் ஒன்று ஓதினார் அதை
மறவாதீர்கள் நீங்களெல்லாம்!

●

74 நாக்குகள்

தமிழ் மொழியால் வானம் தொடும்
புகழ் கொண்டாய்.
நிமிர்ந்து நடக்கிறாய்.
ஆனால்
அன்னை மண் குனிந்து நிற்கிறது.

இனத்தின் பெருமையால் அயலகம்
நூறு சென்றாய்.
கோடிகள் குவித்தாய்.
ஆனால்
அன்னை மண்ணில் அயலார்கள்
ஆதிக்கம் செலுத்த அனுமதி தந்தாய்.

மொழியாலே இனம் என்றாய்.
அரசியல் அரியணையை பிடித்தாய்.
ஆனால்
இருக்கையில் இருப்பு நிலைக்க
மதத்தாலே இனமாவது என்றாய்.

பிரபாகரன் என்ற பெயரை
முடிவிலியை தாண்டியும் ஓதினாய்.
பெரும் வீரம் உள் கொண்டாய்.
ஆனால்
தலைவனை சாய்த்தவனையே
தலைமாட்டில் காவலுக்கு வைத்து
விவேகம் என்றாய்.

தமிழீழ நிலம் கண்டு கொதித்தாய்.
நெருப்பு போல் கனல் உமிழ்ந்தாய்.
ஆனால்
உதய சூரியன் விழிகள் விழித்ததும்
தாமரை போல் முகம் மலர்ந்தாய்.
இரட்டை இலைகள் போட்டு விருந்து
உண்டாய்.

துரோகி என்று பலரை சுட்டினாய்.
மேடையிலேயே வதம் செய்ய வாள்
ஏந்தினாய்.
ஆனால்
வயிறு நிறைந்ததும் வாள் மடித்து
நாய் போல் வாலாட்டினாய்.
எவரையோ துரோகி என சுட்டுவது
போல் உனையே சுட்டினாய்.

சமத்கிருதம் சங்கடங்கள் என்றாய்.
தமிழ் ஓதுவார்கள் நல்லது என்றாய்.
ஆனால்
திருக்கோவில் நுழைந்ததும் தலை
குனிந்தாய்.
அடுத்ததாக பணிந்தாய்.
இறைவனின் திருவடிகளை அல்ல;
சமத்கிருத காவலர்கள் திருவடியை.

தடுக்கி விழும் போது இராவணன்.
நிமிர்ந்து எழும் போது இராமன்.

திருக்கோவில் நுழைந்ததும் ஆரியன்.
நுழைந்து வெளியேறியதும் திராவிடன்.
இடையில் எங்கே போனான் தமிழன்?

நீ ஆதியாவது தமிழ் விந்து.
ஆனால்
அந்தமாவது மட்டும் இந்து?

ஓர் உடல் ஓர் உயிர் ஒரே வாழ்வு.
ஆனால்
நாக்குகள் மாத்திரம் எத்தனை!

●

✳ *திருமுருகன்காளிலிங்கம்* ✳

நீ ஆதியாவது தமிழ் விந்து.
ஆனால்
அந்தமாவது மட்டும் இந்து?

ஓர் உடல் ஓர் உயிர் ஒரே வாழ்வு.
ஆனால்
நாக்குகள் மாத்திரம் எத்தனை!

பேசும் சிலை

அந்தச் சிலை பேசும்.
தமிழர் பாதக நிலையை உண்டு
பண்ணியவரின் சிலை பேசுகையில்
தமிழர்தேசம் நிலையை உண்டு
பண்ணிய அவரின் சிலை பேசாதா?

அந்தத் துவக்கு சுடும்.
ஊரின் ஒரு எல்லையில் சிலையாய்
புரவியின் மேல் அமர்ந்திருக்கும்
ஐயன் சாட்டை சுழலும் போது அந்த
மாவீரனின் துவக்கை சிலையாய்
உருவமைத்து இயக்கினால் சுடாதா?

அவர் மக்கட்கு இறை.
மக்கட்கை வதைத்து தம் மக்களுக்கு
இறையாய் சிலர் வாழும் போதில்
தம் மக்களை பணையம் வைத்து
மண் மக்கட்கு அபயம் வழங்கியவர்
மக்கட்கு இறையாய் ஆகக்கூடாதா?

அவர் எங்கள் தலைநகர்.
பாதுகாப்பான இடத்தில் தலையை
வைத்து தந்திரத்தில் சம்புவையே
மிஞ்சியவர்கள் தலைநகர் ஆகின்ற
போதில்
அபாயத்தில் தம் அடிகளை வைத்து
பிரளயத்தில் தம் தலையை வைத்த
அவர் எங்கள் தலைநகராக இருக்கக்
கூடாதா?

அவர் எங்கள் குலதெய்வம்.
ஆயிரம் ஆண்டுகளாக நிமிர்ந்து
நிற்கும் இராச கோபுரம் கூட சிங்கள
வெறியை நிமிர்ந்து தட்டிக் கேட்க
இயலாது குனிந்து நிற்கையில்
ஈன்றதால் பிறந்த ஒருவர் முன்வந்து
எங்களுக்காக நிமிர்ந்து நின்றார்;
குனிந்து நின்ற எங்களின் குறைகள்
களைந்த அவரை குலதெய்வமாக
எங்களின் வம்சம் ஏற்கக் கூடாதா?

●

76 தமிழர் மறை

பெற்ற தாய் தந்தைக்கு செவி வழியே
உவந்தை அளித்தனன்.

மாற்றான் மகளை அன்னை நிலம்
போலவே கருதினன்.

குற்றத்தில் கொற்றம் அமைத்திடாத
நல்ல ஆளுமையினன்.

கூர் எதிர் வரினும் சற்றும் இமையை
அசைத்திடாத மாவீரன்.

கோடு ஆயினும் கொள்கையில் நூல்
அளவும் பிரளாத பெருமையுடையன்.

நடு இரவில் இடும் வரி போன்று ஒரு
வினையும் புரியாத கோமகன்.

இரந்து பெறும் வினையை இழிவென
எண்ணினன்.

பகைமையும் பண்பு பேசும் படி புகழ்
கொண்டனன்.

துரும்பு ஆயினும் ஏழையின் குடிலில்
குடி கொண்ட செல்வமாயினன்.

துகள் ஆயினும் ஏதிலி நிலை அறுத்த
பூர்வ நிலமாயினன்.

மொழியா நிலையினும் புகழ் பரப்பும்
புலிக்கொடியாய் பறந்தனன்.

ஒரு சொல் மொழிவது என்றாலும் கூட
வேண்டத்தக்கது தரும் கொடை
என்றாயினன்.

ஒரு துளி என்றாலும் இறப்பு நிலை
அறுக்கும் மாமருந்தாயினன்.

பிறப்பு நிலை அறுக்கும் படி தொண்டு
புரிந்தனன்.

அறத்தை அழவிடாது களத்தில் வீரம்
காட்டி நின்றனன்.

சுமந்த மண் மெச்சும் படி எதிரிக்கும்
மறத்தை பாடினன்.

தமிழர் இருப்பு யாவுமே ஓர் உருவமாய்
எழுந்தது போல் இருந்தனன்.

கடந்த தமிழரின் பெருமையை நடந்து
காட்டினன்.

வலி கொண்டு கடந்த திசை யாவிலும்
வழி தூவினன்.

தாங்கிய மண்ணில் அயலார் தடம்
பதியாதிருக்க நகரும் அரணாயினன்.

போலிப் புலமையைப் போர் வழியால்
மாய்ந்திடச் செய்தனன்.

பொருளை கருத்தில் கொண்டு பா
பாடியோரைப் பார்த்துச் சினந்தனன்.

வறண்ட நிலம் கண்ட மாமழையாய்
உயிரினம் மகிழும் படி வாழ்ந்தனன்.

வந்த வினை முடியாமல் மறைகின்ற
முகம் அல்ல என்றாயினன்.

பொய்மைக்கும் அகத்தைப் படைத்த
வல்லமையாளன்.

செந்நிழல் என்று அகிலம் எண்ணும்
குணம் உடையன்.

வெயிலில் வேகின்ற தெய்வங்களுக்கு
அடைக்கலமாய் மாறினன்.

அகிலத்தையே ஒரு புள்ளியில் குவித்த
பேராற்றலை உடையன்.

இயல்பாய் இயங்கிய இறைவனென
அவையோர் மொழிய இயல்ந்தனன்!

●

ஆதியாம் உமா மகேசுவரன் துவங்கி
அந்தமாம் கருணா வரையில் நீளும்
அந்தப் பட்டியல்.
அப்பட்டியல் படைத்த துரோகத்தின்
அதிர்ச்சியை மீறியும் வளர்ந்து வந்தது
விடுதலைப்புலிகளின் புவியியல்.

சோழன் நாவாய் வந்தக் காலத்தில்
தத்தளித்தக் கடல்
புலிகள் காலத்தில் கொந்தளித்துக்
கொண்டிருந்தது.
புவியில் போர்க் களங்கள் பூத்துக்
குலுங்கிய காலம் கழிந்து
புவியே போர்க்களமாய் உருமாறி
இருந்தது.

நீருக்கும் நெருப்புக்கும் இடையில்
அகப்பட்ட குடிசைகள் போல் தமிழர்
வாழ்வு இருந்தது.
அதற்கு இடையிலேயே
புலிகளும் வாழ வேண்டி இருந்தது.

ஒவ்வொரு தோல்விக்கும் காரணமாக
வியூகம் இல்லாமல்
துரோகம் இருந்தது.

ஒட்டுமொத்த நிலபபரபபும் ஒன்றாக
இணைந்து எதிர்த்தது கரையை.
பசி அடங்கிய வயிறு வயிறார வசை
பாடிக் கொண்டிருந்தே வாயை.

விழுதுகளே வேர்கள் என அறியப்பட்ட
காலம்.
மரத்தின் அழகே இதயம் என நம்பிய
காலம்.

வீர வாள் அல்ல;
சொல்லும் சுவையும் சொர்க்கத்தை
வழங்கிக் கொண்டிருந்தது.

நரியை அநேகமாக நாடுகள் தேசிய
விலங்காக அறிவித்திருந்தது.
பொறுமையை இழக்கும் படியாக
மௌனம் இருந்தது.
சிங்களப் புத்தன் அமர்ந்து தியானம்
செய்ய புலித்தோல் வழங்கப்பட்டுக்
கொண்டிருந்தது.

பாவலர்களிடம் பொய்கள் வாழ்ந்த
காலங்கள் கழிந்து
பொய்யானப் பாவலர்கள் வாழ்ந்து
கொண்டிருந்தனர்.

நீதிமன்றங்கள் ஆட்சியின் மன்றத்தில்
குடியேற்றப்பட்டிருந்தது.
பாராளுமன்றத்தில் பெரும்பாலும்
பாலியல் வழக்குகளே விசாரணை
செய்யப்பட்டுக் கொண்டு இருந்தது.

புலிகள் வாழ்வதற்கு சரியானதொரு
காடுகள் இல்லை.
குடிகள் வாழும் பகுதியில் புயலும்,
வெற்றிடத்தில் தென்றலும் நிலவும்
அத்தகைய சூழ்நிலை.

புலிகள் இருக்கின்ற இடமெல்லாம்
புற்கள் மட்டுமே விளைந்த காலம்.
விண்ணும் மண்ணும் முரண்பாடுகள்
உற்றிருந்த காலம்.
சிற்பிகளை சிலைகளே அங்கீகரிக்க
மறுத்த காலம்.
குடில்களை கதவுகளே களவாடிய
காலம்.
எப்பொழுதும் காலன் வருகிற காலம்
ஈழத்தில் நிலவிய காலம்!

●

78 துன்பியல் சம்பவம்

அந்தச் செயல் கோழைத்தனம் என்றால்
அதைப் புலிகள் செய்ய வாய்ப்பேயில்லை.

அந்தச் செயல் அறிவிலித்தனம் என்றால்
அதைப் புலிகள் செய்ய வாய்ப்பேயில்லை.

அது ஒருவகையில் அச்சம்மிகு தாக்குதல்
என்றால்
அதைப் புலிகள் செய்ய வாய்ப்பேயில்லை.

அது தமிழீழத்திற்கு வலி வகுக்கும் என்றால்
அதைப் புலிகள் செய்ய வாய்ப்பேயில்லை.

அதுவும் ஒருவகையான புறமுதுகிடுதலே
என்றால்
அதைப் புலிகள் செய்ய வாய்ப்பேயில்லை.

அது தமிழர் வலிக்கு வழியில்லை என்றால்
அதைப் புலிகள் செய்ய வாய்ப்பேயில்லை.

அது படுகொலை என அர்த்தம் பெற்றால்
அதைப் புலிகள் செய்ய வாய்ப்பேயில்லை.

அதைப் பழிவாங்கும் நடவடிக்கை என்று
மனிதர்கள் நினைத்தால்
அதைப் புலிகள் செய்ய வாய்ப்பேயில்லை!

●

அன்ரன் பாலசிங்கம்

விடுதலைப்புலிகளுக்கு நல்லது செய்த
ஒரே சிங்கம்.

தமிழர்களுக்கு கிடைத்த இரண்டாவது
குறள்.

தலைவர் வியூக நகர்வுகளின கால்கள்.

விடுதலைப்புலிகளின் கரங்கள் ஏந்திய
ஆயுதங்களின் ஆடை.

புலிவீரர்கள் ஒவ்வொருவரும் கொண்ட
நுட்பம்.

விடுதலைப்புலிகளின் சட்ட நூலகம்.

தனித்தமிழீழம் ஏந்தியிருந்த புரட்சியின்
அன்றாடம்.

புருவங்களை குவியச் செய்யும் நல்ல
கேள்விகள்.
புருவங்களை உயர்த்தும் நல்ல பதில்கள்.

விடுதலைப்புலிகளின் சர்வதேசத்தின்
சனநாயகம்.

தமிழீழத் தேசத்தின் தாய்மொழி நிறுவிய
ஊடகம்.

துணிந்த மனங்களில் குடி கொண்ட
மறம்.
ஆயுதங்களுக்கும் இலக்குகளுக்கும்
இடையே உள்ள அறம்.

மக்களால் அங்கீகரிக்கப்பட்ட ஈழத்தின்
அங்கீகரிக்கப்பட்ட வானம்.

அன்னை மண்ணின் அசையும் அசையா
சொத்து!

●

80 தளபதி

வங்கக் கடலின் தண்ணீரில் கரைந்த
வெந்நீர்.
தாயக மண்ணின் நீர் யாவும் அந்தத்
தளபதியின் செந்நீர்.

ஒரு கால் ஓய்வு கொண்ட போதிலும்
ஒருகாலும் ஓய்வு கொள்ள மாட்டேன்
என ஒற்றைக் காலில் நின்ற தளபதி.
விடுதலைப்புலிகளின் இருப்பிடம்
ஈழத்தில் எங்கு மாறினாலும் சர்வதேச
கடிதங்களுக்கு கிட்டுதான் முகவரி.

தளபதி என்ற சொல் இலக்கணத்தை
தேடியபோது கிடைத்த பொருள் கிட்டு.
பொருளுக்காக கண்டது யாவையுமே
தளபதி என அழைக்கும் வழக்கத்தை
நிறுத்து.

அயலானின் கோட்டையை கொளுத்த
காலமெல்லாம் கால்களில் எரிதழலை
சுமந்து திரிந்த பறவை.
பகைமை கருகி விழும் தொட்டால் கூட
அவர் சுமந்து திரிந்த நிழலை.

இந்தியப் பெருங்கடல் மீண்டும்
ஒருமுறை பலி கொண்டது ஈழத்தை.
ஈழத்தை ருசித்து அருந்தி போக்கிக்
கொண்டது தன்னுடைய தாகத்தை.

அவர்
எமது தமிழீழப் புரட்சியின் அடர்த்தி.
அவர்
ஈகச்சுடரைப் பற்ற வைக்க பரவும் தீ.

ஐந்து பூதங்களில் ஒன்று கூட அவரிடம்
கடவுச்சீட்டை கேட்டதில்லை.
ஐந்திணைகளில் ஒன்று கூட அவருக்கு
தடை போட்டதில்லை.

எம்.வி.அகத் என்னும் கப்பலுக்கு அன்று
யோகம்.
உயிருள்ள ஒருவரால் உயிரற்ற பொருள்
கூட கண்டது மோட்சம்!

●

81 சுதுமலைப் பிரகடனம்

தில்லிக்கு அழைக்கப்பட்டது உபசரிப்பு
செய்ய அல்ல;
மிரட்டல் செய்ய.
அசோகாவில் நடந்தது விருந்தோம்பல்
அல்ல;
விரும்பத்தகாத செயல்.

வழங்கப்பட்ட உணவில் ருசி இருந்தது;
ஆனால் அது பசியைப் போக்கவில்லை.
ஈழக் கண்ணீரைத் துடைக்க வல்ல
கைக்குட்டையை யாவரும் கரங்களில்
வைத்திருந்தனர்;
ஆனால் ஒருவர் கூட தரவில்லை.

இருநாடுகளும் கரங்களைக் குலுக்கிக்
கொண்டது.
ஒப்பந்தப் பெயரில் கைக்குட்டைக்குள்
கரங்களை ஒளித்து வைத்து பேரத்தை
பேசியது.

ஆயுத வடிவங்கள் மாற்றி அமைக்கப்
பட்டால் களத்தில் அது வெறும் காகிதம்.
கலை இல்லாதவனிடம் உளி அளிக்கப்
பட்டால் அது வெறும் கொலை ஆயுதம்.

போர்க்களங்களில் இருப்பவர்களிடம்
ஆயுதங்களைப் பறித்தால் இருதயம்
செயலிழக்கும்.
ஆயுதங்களை பறிக்கும் முன் போர்க்
களங்களைப் பறித்தால்தான் தேயம்
செழிக்கும்.

இலங்கையைப் பொறுத்த வரைக்கும்
ஒப்பந்தம் என்பது இலக்கியம் அல்ல;
அதுவும் ஒரு வகையான சிற்றின்பம்.

சீக்கிரமே அது பொய் என்று இந்தியா
உணரும்.
ஒப்படைக்கப்பட ஆயுதங்கள் உருவப்
பட்டது என்று உணரும்.

ஆயுதங்கள் ஒப்படைக்கப்பட்டதால்
போராட்டமும் ஒப்படைக்கப்பட்டது
என்று அர்த்தமில்லை.
இந்தியா இலங்கையின் இருதயத்தை
மதிப்பீடு செய்வதற்காக புலிகள் தந்த
சூழ்நிலை.

விடுதலைப்புலிகளின் கரங்களில் இருந்து
இந்தியா பறித்த ஆயுதங்கள்
இத்தனைநாள் தமிழர்களின் மானத்தைக்
காத்து வந்த ஆடைகள்.

அவர்களுக்கு
ஆடைகளை உருவும் பழக்கம் புதியது
அல்லவே!

●

தீபன் எனும் தீபம்

அந்தத் தீபம் ஒளிரும் திசையில் இருள்
நுழைந்திட அஞ்சும்.
இறங்கியது தீபன் என்றால் மறித்தமா
மலையும் வழிவிடும்.

நூற்றாண்டை காலில் வைத்து புகழை
தொகுத்தால் நிகராகுமோ?
புவியின் இதயமாம் ஈழத்தின் இதயம்
அவர் துடிக்காது போனால்
தொங்கு நிலம்தான் நிமிர்ந்து வாழுமோ?

புலிக்குகைக்கும் அரணாகிய அந்தத்
தளபதி.
மண்ணில் மையம் கொண்ட புயலின்
மையம் அந்தத் தளபதி.

உறுதுணை தீபன் என்றால் ஜயமின்றி
நிலம் உண்டு.
நற்றுணை ஆகும் நமசிவாயம் விடவும்
அவன் நாமத்திற்கு பெரும் பலமுண்டு.

புலிகளின் தளபதிகளுக்கும் தீபன் ஒரு
ஆயுதம்.
அவ்வாயுதம் நிலைபெற்றால் சிங்களப்
படைகள் தானாகவே விடைபெறும்.

தமிழீழத்தின் ஒவ்வொரு உறுப்புகளிலும்
ஓடிய குருதி.
திக்குகள் தோறும் தோன்றிய நெருப்பில்
தீபன் ஆகுதி.

மறத்தமிழன் மறந்தால் அறமில்லை.
தென்னகம் தெளிவு கொள்ளாது போயின்
விண்ணகம் ஆயினும் விடிவு இல்லை.

ஆனந்தபுரத்தில் துக்கம் சூழ்ந்தது என
அழுவாதீர்.
ஆனந்தபுரத்தில்
அந்தத் தீபம் துயில் கொண்டது என்றே
பா வடிப்பீர்.

மண்ணுக்கு உள்ளே உடல் உறங்குகிறது.
மண்ணுக்கு மேலே தமிழ்த்தேசியத் தீபம்
ஒளிர்கிறது!

●

எங்கள் நாட்டின் கொடிமரம் அதுவே.
தமிழர் வினைகளை வாழ வைக்கும்
பனையே.

எமது மொழியை தாங்கி வரலாற்றை
அழியாமல் காத்திட்ட உனையே,
மண்ணின் ஆதி உயர்ந்த விந்தென்று
அழைத்தாலும் வியப்பில்லையே.

அடிமை இழிவு நிலையயை வேரோடு
சாய்க்கும் அம் மண்ணில் அம் மரம்
வேரூன்றி இருந்தால்.
மண்ணின் நிலை அது அணு உலைகள்
வெடித்தது போலிருக்கும் பனையது
அடியோடு சாய்ந்தால்.

தண்ணீரின் அணையது அணையாது
காக்கும் கடமைகள் நமக்குண்டு.
முதுகுத்தண்டை விற்று ஆயுதமாக்கி
முரசறைவதில் என்ன வீரமுண்டு?

ஈழமண்ணில் எங்கும் அதன் வேர்கள்
காலூன்றிய காலம் மானுடம் வாழ்ந்தது
அறிவோடு.
வேழங்கள் கொண்டு விருட்சங்களை
பிடுங்குவது போலே பகை முறித்தார்
பனைகளை பரங்கியர்கள் படையோடு.

அகன்ற அங்கமும் வளரும் விந்தை
உண்டு பனை இனத்தில்.
அச்சிந்தையை மானுடம் கொண்டு
இருந்தால் கொன்றுதான் புதைக்குமோ
பனை இனத்தை பூமியில்.

நட்டவர் முகத்தை காட்டும் பனை
நட்டவர் மறைந்தாலும்.
கொற்றம் கொடுத்து சிவக்காமல்
போனாலும்
உள்ளம் சிவக்கும் பனையை நாம்
தொட்டாலும்.

நம்மை வாழ வைத்திடும் வள்ளலை
வாழ வைப்பது நம் கடமை.
தக்கார் பலர் அறிவினைத் தாங்கிய
பனை மரமது உயர்திணை!

●

84 யாழ்ப்பாணம்

'யாழ்' 'பானம்' அருந்திய தமிழர்.
'வேல்' 'பாணம்' வாங்கிய மறவர்.

சுடுகுருதியில் குலைத்து தைத்த
கோட்டை.
சுந்தரத் தமிழ் சேயோன் உய்த்த
பேட்டை.

பசித்தப் புலவர்களின் பசியைப்
போக்கிய நெல்பேட்டை.
பசித்தப் புலமையின் பசியைப்
போக்கிய சொல்பேட்டை.

அயலார் பகை முடிக்கும் சூலை
காத்த இயற்கை.
வேல் முனைக்கும் நுண்ணியதை
வார்த்த அகப்பை.

தலைநகர் எதுவென்று கொற்றம்
கூறும்.
யாழ்ப்பாணத்தை
தமிழரின் தலைநகர் என சுற்றம்
கூறும்

தமிழர்களுடைய ஆழியின் திமில்.
தமிழர்களுடைய உயிரின் அயில்.
தமிழர்களுடைய இனத்தின் உயில்.
தமிழர்களுடைய வாழ்வின் எழில்.
தமிழர்களுடைய ஏடுகளில் குயில்.

தமிழ் பிறந்த இடம் எதுவென்று எப்படி
அறுதியிட்டுக் கூற முடியும்?
ஆனால்
தமிழ் வளர்ந்த இடம் இதுவென்று என
அறுதியிட்டுக் கூற முடியும்.

தக்கார் மூளை உட்கார்ந்து பயின்ற
இடம்.
தென்புலத்தார் நாமம் வீறுகொண்ட
இடம்.

விண்ணகத்தின் வாழ்வைக் களிக்கும்
தென்னகம்.
மண்ணகத்தின் மாண்புமிகு
உயிர்களுக்கு உயிலாகும் அகத்தியம்.

தமிழினத்தின் முன்னோர்களை உழுத
பெரும் நிலம்.
ஆதலாலே
அவையோர் யாவருமே தொழுவதற்கு
உகந்த நிலம்!

●

85 சுடு உதிரம்

நாங்கள் சிந்திய உதிரம் சுடும்.
சுடும் பருக்கைகளின் சூட்டை
கொடும் பசி ஆற்றுவது போலவே
ஆறாதே எங்கள் உதிரம் சுடும்!

நாங்கள் சிந்திய உதிரம் சுடும்.
சிந்தையிலே வெப்பம் குறையும்
திரவத்தைப் போலவே இல்லாமல்
சிந்தியுமே எங்கள் உதிரம் சுடும்!

நாங்கள் சிந்திய உதிரம் சுடும்.
மறைவிலே வெந்தழல் விழந்திடும்
வெயில் போலவே இல்லாமல்
மறைந்தாலுமே எங்கள் உதிரம்
சுடும்!

நாங்கள் சிந்திய உதிரம் சுடும்.
விழுகையிலே அனல் விழந்திடும்
அழுகை போலவே இல்லாமல்
விழுந்தாலுமே எங்கள் உதிரம்
சுடும்!

நாங்கள் சிந்திய உதிரம் சுடும்.
விழுகையில் கதகதப்பு சுழியம்
ஆகும் உடலைப் போலவே
இல்லாமல் விழந்தாலுமே எமது
உதிரம் சுடும்!

86 சமாதானப் புறா

புன்னகைக்குள் போரை மறைத்து
வைத்திருந்த சிங்களத்திற்கு மத்தியில்
போருக்குள் புன்னகையை மறைத்து
வைத்திருந்த எங்கள் சமாதானப் புறா.

முகத்தைச் சிதைக்கும் கருவியையும்
கரம் கொண்டதில்லை.
அகத்தைச் சிதைக்கும் வார்த்தையையும்
வாய் மொழிந்ததில்லை.

ஆயுதங்களுடைய அதிர்வெண்களை
அடங்கச் செய்த அதிர்வலை.
பிணந்திண்ணி கழுகுகளுக்கு நடுவே
நங்கூரம் இட்ட குரல்வளை.

சுப.தமிழ்ச்செல்வன் தடம் ஒற்றினால்
அகிம்சை தடம் ஒவ்வாது ஆகாது.
அவரது கரம் பற்றினால் அகிம்சைக்கு
அளவீடு என்ற ஒன்றே கிடையாது.

குருவிக்கு ஆளுயர குழி எதற்கு?
தோண்டியது சிங்களம் முடிந்த மட்டும்.
புறாவிற்கு கண்ணி வெடி எதற்கு?
சிங்களம் அமைத்தது இயன்ற மட்டும்.
சமாதானத்திற்கு போர் முரசு எதற்கு?
சிங்களம் போரின் முரசை அறைந்தது
ஓட்டை விழுகிற மட்டும்.

இத்தனைக்கும் இயன்ற மட்டும்
இன்ப வழி வழங்கியது அவர் சிந்தனை.
அத்தனைக்கும் ஆசைப்பட்ட சிங்களம்
அவரின் சிந்தனையை செய்தது
பெரும் நிந்தனை.

அதனால்தான்
உலகின் சவக்குழியாக சிங்களம்
உருமாறி நிற்கிறது.
அதனால்தான்
கண்ணிவெடிகள் பூக்கும் நகரமாக
சிங்களம் உருமாறி நிற்கிறது.
அதனால்தான்
கூற்றுவன் குடில் கொண்ட இடமாக
சிங்களம் உருமாறி நிற்கிறது.

தமிழ்ச்செல்வன் பேசிய சமாதானம்
வன்முறைகள் அற்றது.
வன்முறைகள் அற்றுப்போக அவரின்
ஆலோசனையே உற்றது.

●

87 தமிழர் காடுகள்

எங்கள் வன்னிக்காடும் முந்திரிக்காடும்
சந்தனக்காடும் தமிழர் செழிப்பின் கூடு.
முக்காடுகளை இணைத்தால் தமிழரின்
கரங்களில் தானாய் வந்து சேரும் ஆயித
எழுத்து.

அந்தக் காடுகள் மீண்டும் வளர்ந்திட
முடியும் தன்னால்.
அந்தக் காடுகளை அழித்த கயவர்கள்
மேல் நீங்கள் ரௌத்திரம் கொண்டால்.

சமத்துவம் விதைத்த முந்திரிக்காடும்,
சரித்திரம் படைத்த சந்தனக்காடும்,
பகையை நையப்புடைத்த வன்னிக்
காடும் தமிழர்களுக்கு நாடு.
அந்தக் காடுகளைக் கட்டி ஆண்ட
மறத்தமிழர்களே
புதையுண்ட தமிழர்கள் பெருமையை
தூக்கி நிறுத்தி பரி மேலே ஏற்றிய ஏடு.

அந்தக் காடுகள் விரிகின்ற வரைக்கும்
தமிழர்க்கு இல்லை எல்லைக்கோடு.
அந்தக் காடுகள் சுருங்கினால்
தமிழர்க்கு இல்லை குடியிருக்க வீடு.

சம காலத்திய சாட்சிகளை அழித்தால்
கிட்டாது நீதி.
சமூகநீதி மூச்சுக்காற்றை வழங்கிய
காடுகள் அழிந்தால் உயிரற்றது ஆகும்
பூமி.

ஆகவே
தமிழர்களே காடுகளை நேசியுங்கள்.
தமிழரின் காடுகளை சுவாசியுங்கள்.

தமிழ்த்தேசியம் விளைந்த கழனிகள்
அந்தக் காடுகள்.
கழனிகளைக் காத்து நின்ற விவசாயிகள்
அந்த அரசர்கள்!

●

ஆகவே
தமிழர்களே காடுகளை நேசியுங்கள்.
தமிழரின் காடுகளை சுவாசியுங்கள்.

தமிழ்த்தேசியம் விளைந்த கழனிகள்
அந்தக் காடுகள்.
கழனிகளைக் காத்து நின்ற விவசாயிகள்

88 மாபெரும் தாய்

ஒரு தாய் எத்தனை முறைதான் பிரசவ
வலிகளை பொறுத்தருள்வாள்!
ஒரு தாய் இன்னும் எத்தனை மாதம்தான்
வயிற்றுக்குள்ளே நெருப்பை சுமப்பாள்!

உருவாகியிருக்க இயலாது
புனைவுகளில் கூட இப்பேர்பட்ட தாய்.
இயலாது என்று துணிவு அற்றவர்கள்
அறவே நடுவில் நின்று எதையும் இழக்கத்
துணிந்த மனம் அந்த மாபெரும் தாய்.

முலைப்பால் எல்லாம் களத்தில் குருதி
ஆறாய் ஓடும் போதிலும் ஓடா நிலை மா
வேந்தன் போல் பிள்ளை களத்தில்
இருந்ததா என்றே அவள் எண்ணுவாள்.
நெல் மணி அளவேனும் மனம் அற்று
இருந்தால் பால் தந்த மார்பகங்களை
அங்கேயே அறுத்தெறிவாள்.

எச்சம் என்று போர்க்களங்கள் கூறிட
வியந்தாள்.
மிச்சம் என்று வெற்றிகள் கூறிட
உவந்தாள்.
உச்சம் என்று தோல்விகள் கூறிட
உடன் நின்றாள்.
ஆனால்
அச்சம் என்று புல்லும் கூறிட சினந்தாள்.
முள்ளைப்
பெற்றெடுத்த வயிற்றை சிதைத்தாள்.

மாற்றான் காதலும் காமமும் தந்திடாத
இன்பத்தை பன்மடங்காக களம் தரும்.
மாபெரும் தாய்க்கு பிள்ளையின்
போர்க்களம் தரும் இன்பமே நிரந்தரம்.

வீரத்தின் தாகத்திற்கு இரையாகாத
பிள்ளையை பிண்டம் என்பாள்.
பெரும் படைகளை தாங்கிய மணிமுடி
ஆயினும் பகைவர்களைக் கண்டு
பெரும் மூச்சு விட்டால் பெற்ற இன்பம்
சிற்றின்பம் என்பாள்.

கல்லறை நாளில் அவள் விழியில் கசியும்
துளி நீர்தான் பிள்ளைக்கு தண்ணீர் குடம்.
கல்லறை நாளிலும் விழி நீர் கசந்தால்
தண்ணீர் குடமும் பிள்ளைக்கு வெந்நீர்
குடம்.

வெளியேறிய பிள்ளை வீரத்தோடு குடில்
திரும்புதல் நலம்.
வெளியேறிய பிள்ளை அயலானானால்
குடில் திரும்பாமல் இருப்பதே நலம்.

ஈழத்தில் பாலினப் பேதங்கள் இல்லை.
வீரத்திற்கு ஆண் பெண் வேறுபாடுகள்
இல்லை.

பிள்ளை வாழ்வு மானம் உடையதாக
இருந்தால் மட்டுமே மாற்றான் மகள்
மண்ணின் மகள்!
பிள்ளை இறப்பு பெற்றெடுத்த இனம்
போற்றத்தக்கதாக
இருந்தால் மட்டுமே மாற்றான் மகள்
மண்ணின் துகள்!

●

89 மூவேந்தன்

முடியுடை வேந்தன் போலாகி நின்ற
முடிசூடா வேந்தன்.
கொடும் முடி வேந்தர்க்கு வேதனை
வடிவான மூவேந்தன்.
முன்னுரை முகவரியை முடிவுரைக்
கொண்டு இயற்றிய பாவேந்தன்.
முழுமுதற் தெய்வமென தென்னவர்க்கு
ஆகி நின்ற மாவேந்தன்.

நானிலம் நன்னிலம் உய்க்க உடனுறை
ஆகிய இறையோன்.
ஐயமின்றி வையம் இன்புற வழிகள்
சொன்ன மறையோன்.

வயம் போல் நடந்த தடங்களை வீரம்
ஊட்டிய கலையோன்.
கயல் போல் விழியசைவிலும் இன்னல்
போக்கும் ஆற்றல் உற்ற மொழியோன்.
வில் அம்பு போல் மதிக்குறியால் விதிக்
குறியின் குடல் கிழிக்கும் சிலையோன்.

கல்லாயுதம் மறவர்கள் படைக்கு வேல்
ஆயுதம் தந்த சேயோன்.
சுட்டு விரலாலே பகைமை மலையை
குடைந்திட்ட மாயோன்.
குனிந்த நிலைதனை நிமிர்த்தி வைத்த
இனத்தின் தலையோன்.

இனத்தின் இன்னல் துடைக்கும் குரல்
கொண்ட இசையோன்.
தமிழர் தலை பலிபீடம் செல்லாதிருக்க
செம்மை தந்த மதியோன்.
ஒளியும் வெப்பம் என்றாக வாழ்வையே
வேள்விக்கு அளித்த வெய்யோன்!

●

90 புலி வாள்

இந்தியாவின் காற்று தமிழ் ஈழத்தில்
புயலாக மையம் கொண்டது.
புயலென்று அறியாமல் தமிழர்கள்
கரம் பூங்கொத்து கொடுத்து
அதை வரவேற்றது.
பலாலி இராணுவத்தளத்தில் பலிபீடம்
நிலைகொண்டது.
சுள்ளென்ற சூரியனை நில்லென்று
சொன்ன பெண்களின் கார் கூந்தல்
இளம் நரை உற்றது.

புலிகளின் துகிலை உருவிய சிங்களம்
தன் அம்மணத்தை அதைக் கொண்டு
மறைத்திருக்கலாம்;
ஆனால் மறைக்கவில்லை.
புலிகளிடம் வாழுவதற்கு பயிற்சி கற்ற
இந்தியா புலிகளை நாட்டிற்குள் வாழ
விட்டிருக்கலாம்;
ஆனால் நடமாடுவதற்கு கூட விடவில்லை.

இலங்கையே இந்திய மயமானது.
தமிழ் ஈழம் சிங்களம் மயமானது.

ஒப்பந்தம் சில இரவுகள் தாண்டவில்லை.
ஒப்பந்தத்தைத் தாண்டியது சிங்களம்.

நல்லூர் கந்தசுவாமி கோவில் வாசலில்
நடத்தப்பட்டது வேள்வி.
திலீபன் ஆகிப்போனான் ஆகுதி.

வேள்வியில் உரு பெற்றது ஒரு ஆயுதம்.
அந்த ஆயுதம் ரௌத்திரத்தின் உருவம்.

ஒப்பந்தத்தை மதித்த தலைவர்
ஆயுதத்திற்கு தலை வணங்கினார்.
கரங்கள் குலுக்க காத்திருந்தார்.

.

அப்போதுதான் அந்தச் செய்தி.
குமரப்பா புலேந்திரன் உட்பட பதினேழு
போராளிகளின் கைது செய்தி.

விடுதலைச் செய்திருக்க வேண்டும்.
அல்லது ஒப்படைத்திருக்க வேண்டும்.

இரண்டும் இல்லை.
இரண்டகம் செய்தது இரண்டு நாடும்.

இரண்டு நாடுகளின் இரண்டகத்தால்
பன்னிரெண்டு உயிர்கள் பலியானது.

இனியும் காத்திருப்பது அர்த்தமில்லை.

வேள்விக்குள் கரம் நுழைத்து பிடித்தார்
ஆயுதத்தின் கைப்பிடியை.
ஆயுதமும் இறுக்க பற்றிக் கொண்டது
பிரபாகரனின் கரங்களை.

வானம் நோக்கி ஆயுதத்தை உயர்த்திப்
பிடித்தார்.
உயர இருந்த வானத்தை ஊருக்குள்ளே
வருவித்தார்!

●

# சங்கத்தமிழன்

களிறது பிளிரும் களத்தே பிடி ஒன்று
தென்படில் சமர் வேண்டா எனும்
மாண்பு அடல் அருகில் இருந்திடினும்.

ஊசியது பொருப்பன் கரம் சேர்பதன்
சேண் இல்லாகி ஆக குறும் உடைய
கழனி தோன்றின் கடுங்கண் ஆவம்
எழு ஆகுக.

சங்கு தூம்பு பறந்தலை வீச, தானை
இறுத்த பகைவர் ஆர்கலி வீச, அஞ்சும்
குரீஇ ஆயின் எதிரலை வீச நாவாய்
இசை வீசும்.

அத்தம் குடில் புக அஞ்சும் அரணும்,
தூவலை இணர் இடர் உய்ய அஞ்சும்
ஆழியும் அவ்வேளையில்
கணிபதன் ஈண்டு பயத்தல் ஆகிய.

நொதுமலர் பாரை கெண்டித்து உற,
காவு உரும் உற கராம் கூடாரம் சேர,
தேயத்தை புறக்க உகிராய் உதிரத்தை
சிந்திய எல்.

பகைவர் நீறும் அயிலை தீண்டாது
ஏமக்கும் இரும்பை.
எதிரும் அணந்து ஒய்கின்ற ஓர்மை.
மாண்ட ஆண்டிசினோர் கைபெய்த
சூல் நெடுநாள் துழைஇய வேங்கை.

உவமையும் தானாகி நின்று, தெவ்வர்
புக்கில் நீலீஇய பாடுபொருள் படப்பை,
ஈகை எவ்வம் வரை அது அவிழா என்ப
மிசை ஆகினன் பாருக்கு!

●

 # வெந்து தணிந்தது காடு

இடது கால் போன போதே எடுத்திருக்க
வேண்டும் தலையை.
ஆனால்
தலை போன பின்னர்தான் பிரபாகரன்
எடுத்தார் முடிவை.

அவ்வளவு நம்பிக்கை.
உடன் மாத்தையா எனில் இன்னொருவர்
தேவையா என்னும் அளவிற்கு நம்பிக்கை.

தாமதம் செய்தது தரவுகள் வேண்டியே.
தாமதம் செய்தது தன்னிலை விளக்கம்
வேண்டியே.

அறிக்கைகளை தயாரித்தது பொட்டு.
ஆகையால்
இனிமேல் தாமதம் கூடாதென சுட்டது
தலைவரின் சுட்டு.

இந்தியா இலங்கை எங்கெல்லாம் குடி
கொள்ளுமோ அங்கெல்லாம் மாத்தையா
குடி கொண்டார்.
இயற்கை வயிறு தாண்டியும் வேறொரு
வயிறு வளர்த்ததை பிரபாகரன் கண்டு
கொண்டார்.

துரோகம் வேர்விட்டு வளர்ந்து விட்டால்
இயக்கம் வளர்ந்த நோக்கம் வேறு ஆகி
விடும்.
பேருந்து எரிந்ததும், விமானம் பறந்ததும்,
உறக்கத்தை தொலைத்ததும், ஓய்வை
கொன்றதும், காற்றில் பசியாறியதும்,
விழுப்புண் காலனானதும், பிறந்த குடில்
விண்ணுலகம் ஆனதும், வேதனையில்
இனமானம் காத்ததும் தமிழினத்தின்
விடியலுக்கு இல்லை என்று ஆகிவிடும்.

மாணிக்கவாசகத்தின் திருவாசகத்திற்கு
ஏற்ப கொக்குவில் குகையைக் கண்டனர்.
மாறுவேடம் பூண்டு புலி வேடத்தில் துயில்
கொண்டிருந்த அந்த மிருகத்தை அதட்டி
எழுப்பினர்.
புலிக்குகையில் இருந்து அந்த மிருகத்தை
அப்புறப்படுத்தினர்.

அந்த மிருகம் புலிகளுக்கு
இரையானதா? சிறையானதா? என்பதை
புலிகள் மட்டுமே அறியும்.
எது எப்படியோ இறுதியில்
வெந்து தணிந்தது துரோகத்தின் காடும்!

●

ஆயிரமாண்டு கண்ணீர்

பழங்களை தின்னும் கிளியும்
பிணங்களை தின்னும் கழுகும்
ஒரு காட்டில் வாழும்.
ஆனால்
ஒரு கூட்டில் வாழாதே.

மரண ஓலமும் தேசிய கீதமும்
ஒரேநேரத்தில் ஒரு தேசத்தில் ஒலிக்கும்.
ஆனால்
ஒரேநேரத்தில் ஒரு வீட்டில் ஒலிக்காதே.

புற்களை உண்ணும் மானும்
மான்களை உண்ணும் புலியும்
ஒரு காட்டில் வாழும்.
ஆனால்
ஒரு குகையில் வாழாதே.

போர்க்களங்களும் வேண்டும்
நெற்களஞ்சியங்களும் வேண்டும்.
ஆனால்
மழலைகளின் பசியை ஆற்றுவது
இரண்டில்லை ஒன்றே.

தானாய் தோன்றிய மொழியையும்
தோற்றுவிக்கப்பட்ட மொழியையும்
தாயின் குரல்வளை மொழியும்.
ஆனால்
தாய்மொழி இரண்டில்லை ஒன்றே.

மறமும் வேண்டும்
அறமும் வேண்டும்
அன்பும் வேண்டும்.
ஆனால்
இந்த முக்கோணத்தில்தானே மூச்சு
அடைத்து மாண்டது தமிழர் இனமே.

களிறுகளை வளர்த்தோம்
புரவிகளை வளர்த்தோம்
அதேநேரம் நரிகளை நாட்டில் வாழ
அனுமதி அளித்தோம்.
ஆதலால்
புலிகளை இனி வளர்ப்பாய் காலமே.

ஆயிரம் ஆண்டுகளாக துயிலும்
வாளும்,
நரம்புகள் அறுந்திட்ட இன்னிசை
யாழும்
பகைவர்களை வெல்லும்.
ஆனால்
காலம் அறிந்து கூர் வாளை ஏந்து
ஈழமே.

நாவாய் படையைத் தாங்கிய கடலே
காலம் வரும் கலங்காதே.
சோழன் நடையைத் தாங்கிய நிலமே
நேரம் வரும் வருந்தாதே.
உறையில் உறங்கும் கூர்வாளே நீ
சுழலும் களம் வரும் துருவேறாதே.
நிலத்தில் கண்ணீரைப் பொழியும்
மேகங்களே மேய்ப்பன் வருவான்
அழாதே.

அறையில் அழுகின்ற யாழே மீட்ட
விரல்கள் வரும் வாடாதே.
குகையில் அடங்கிய புலியே உந்தன்
வேந்தன் வருவான் அழுங்காதே.
நாட்டில் தொலைந்த காடுகளே உம்
இறையன் வருவான் துஞ்சாதே.
காட்டில் புதையும் நாடே உந்தனது
தூதுவன் வருவான் குடி பெயராதே.

மறைவில் ஓடும் நீரே உமது தவத்தை
முடிக்க கோ வருவான் உறையாதே.
குருதியில் செழித்த வீரமே வேங்கை
பாயும் நாள் வரும் உடையாதே.
ஆயிரமாண்டு வேதனையை தீர்க்க
மருத்துவன் வருவான் ஈழ நிலமே நீ
அழாதே.
கட்டளை விரல் காற்றைக் கிழிக்கும்
பொழுது விடியும் விண்ணே அதிராதே.

இருந்தால் வருவான்.
இறந்தால் மீண்டும் பிறப்பெடுப்பான்
மண்ணே மறவாதே!

●

94 மாயை செங்கோல் போற்றி!

சொன்னதைச் செய்யாத சொல்வேந்தர்களுக்குப் போற்றி!
எப்போதும் உதவாத வீணர்களுக்குப் போற்றி!
வாய் பேச்சில் களம் ஆயிரம் கண்ட வீரர்களுக்குப் போற்றி!
கால் கை பல பிடித்த மூடர்களுக்குப் போற்றி!
உள் ஒன்று வைத்து புறம் ஒன்று பேசும் புனிதர்களுக்குப் போற்றி!
சபைகளில் அடிக்கின்ற கூத்துகளுக்குப் போற்றி!
வெளியிலும் நடிக்கின்ற நடிகர்களுக்குப் போற்றி!
தொகுதிகளுக்குச் செல்லாத தொண்டர்களுக்குப் போற்றி!
மெய்யில் பொய் கொண்ட மாண்பர்களுக்குப் போற்றி!
வன்மத்தோடு அன்பு செலுத்தும் அன்பர்களுக்குப் போற்றி!
அரும்பசி தீர்க்கும் சிலைகளுக்குப் போற்றி!
கண்ணீரில் விளைகின்ற கழனிகளுக்குப் போற்றி!
சமத்துவம் வார்த்த பேதப் பேய்களுக்குப் போற்றி!
குடிசைகளை எரிக்கும் வளர்ச்சிக்குப் போற்றி!
பிணத்திற்கு ஆன்மா தரும் அரசியலுக்குப் போற்றி!
ஏழைகளுக்கு கிடைக்காத நீதிக்குப் போற்றி!
பாமரர்களை அடையாத திட்டங்களுக்குப் போற்றி!
ஓங்கியவர்களை ஒடுக்காத சட்டத்திற்குப் போற்றி!
நல்லரசை அமைத்த தந்திரங்களுக்குப் போற்றி!
வல்லரசாக்கிய மந்திரங்களுக்குப் போற்றி!
அறிவார்க்கு கிட்டாத கல்விக்குப் போற்றி!
காசுக்கு கல்வித் தந்த வள்ளல்களுக்குப் போற்றி!
பண்பாடற்ற ஆத்திகர்களுக்குப் போற்றி!
நாணயமற்ற நாத்திகர்களுக்குப் போற்றி!
எளிமையாய் வாழும் அமைச்சர்களுக்குப் போற்றி!
மோட்சங்களை வழங்கும் உத்தரவுகளுக்குப் போற்றி!
நாட்டை விற்ற உத்தமர்கள் பாதம் போற்றி! போற்றி!

●

95 தூதுவன் வருவான்

நெருஞ்சிப் பூக்கள் வாசனை நல்கும்.
துகள் புழுதி தூசில் ஈரம் உறையும்.
களிறுகள் பிளிரும் ஓசை எல்லையில்
ஒலிக்கும்.
ஊரில் உழுவை உகளும் சேதி வரும்.
புரவிகள் அன்னை மண்ணில் புரளும்
அப்போது.

மகளிர் கரங்கள் சங்கினை ஊதும்.
சுடர் விடும் கரங்கள் நல் யாழினை
மீட்டும்.
அயில் அரண் இறுக முரசு உறுமும்.
நற்றமிழ் ஓசை கடல் நடுவில் கேட்கும்.
நாவாய்ப் படைகள் நங்கூரம் இடும்
அப்போது.

இதயத்தை நனைக்கும் மழை விழும்.
விதையை விருட்சமாக்கும் இடி விழும்.
பூக்கள் விரிய மின்னல் தோன்றும்.
அம்மணம் செய்த ஆடைகள் அவிழும்.
மழலையைக் கண்டு மார்பில் ஈரம்
அப்போது.

புற்கள் நிமிரும்; புழுக்களும் மகிழும்.
பூவையர் நெற்றி அகம் குளிரும்.
கால் சலங்கையும் பறையும் சங்கமம்
ஆகும்.
நிலமும் நீரும் வேதனையை தீர்க்கும்.
வேண்டியது வேண்டாமலே கிட்டும்
அப்போது.

கொக்கரை ஊத, சிறு பறை அவிழ,
தொண்டு துளைகளின் பிணிகள் தீர,
மறைகள் மண்ணில் கால்கள் ஊன்ற
இராச கோபுரம் நிமிர்ந்து நிற்கும்.
தாளம் தாரை தரணியை உலுக்கும்
அப்போது.

கொடுங்குடல்கள் குலை நடுங்கும்.
பிணி சூர்வாள் நலம் பெறும்.
போர்க்களங்கள் செம்மை வனம்
ஆகும்.
நடுக்கம் ஒருபோதும் நாட்டை தீண்ட
வராது.
நல்லவர்கள் வருந்திட மாட்டார்கள்
அப்போது.

கற்றவர்கள் நிழல் நாட்டைக் காக்கும்.
கைப்பெண் கூந்தலில் மலர் சேரும்.
மன்றங்கள் இழிவு வினைகள் புரியாது.
செங்கோல் உளச்சான்றென ஆகும்.
உலகின் இருதயம் ஈழம் என்றாகும்
அப்போது.

தூதுவன் வருவான்; துயர் தீர்ப்பான்!
தூதுவன் வருவான்; துயில் மீட்பான்!
தூதுவன் வருவான்; துகில் தருவான்!

●

96 மானுட நீதி

முச்சந்தியில் தீமுட்டி உடைந்திடல் போல்
கயவர்கள் தலை உடைந்திடல் வேண்டும்.

உடலைக் கொத்தி உண்ணும் கழுகென
வளம் உண்ணுகிற மானிடரை அலகால்
கொத்திடல் வேண்டும்.

தன் குடி வளர பிற குடிகளைக் கெடுத்து
குடிக்கச் செய்தவர்கள் காரிருளை ஒத்து
சுயம் நினைவை இழந்திடல் வேண்டும்.

நீதிப்பக்கங்களை கொளுத்தியக் கரங்களை
தேள் கொடுக்கால் முத்தமிடல் வேண்டும்.

நிதியால் நீதியை நிலைநாட்டிய நபர்களை
மரணம் ஏய்த்திடல் வேண்டும்.

மரங்கள் அழிய மனைகள் அமைத்தவர்கள்
அந்த மனைகளின் செங்கலை ஆகாரமாய்
உண்ணுதல் வேண்டும்.

பிறர் நிலை கண்டு சிரித்தவர்கள் வாழ்வை
மாயச்சிரிப்பு ஆட்கொள்ளுதல் வேண்டும்.

பிறர் வியர்வையை தின்று வாழ்வோர்
காலமெல்லாம் அமராது நிற்றல் வேண்டும்.

தாய் எண்ணத்தை நிறைக்கும் சிந்தையில்
தாய்மொழியை அழிக்கும் கூர் கொண்டோர்
யானைகள் வழித்தடத்தில் புதைந்த மணல்
மூட்டைகளாய் உடல் புதைந்து மூளை
சிதைந்து தூசியாய் மடிந்திடல் வேண்டும்.

பசி தீர்க்கும் உணவில் கலப்படம் புரிந்தவர்கள்
உயிர் குடிக்கா நச்சைப் பருகுதல் வேண்டும்.

கைரேகைகள் அழிந்திட உழைத்தோர்க்கு
ஊதிய குறைபாடுகள் செய்தவர்களுக்கு
ஊதுகுழல் வெளிவரும் அனல் காற்று போல்
உடல் காந்திடல் வேண்டும்.

தொண்டுகள் ஆற்றிட வல்ல சாசனத்தால்
சாமானியர்களை ஏய்த்தவர்களுக்கு ஆட்சி
அதிகாரங்கள் கனவாகிடுதல் வேண்டும்.

நல்லோரை இகழ்வோர் இடியால் உருவம்
குலைந்திடல் வேண்டும்.

ஆத்திரத்தில் அறிவிழந்தோரை துருவேறிய
வாள் கொய்தல் வேண்டும்.

உள்ளம் மீறியவர்களை கட்டினை விதிக்கும்
உருவாஞ்சுறுக்குகள் முறுக்குதல் வேண்டும்.

பண்பாட்டை ஆழத்தில் தள்ளியவர்களுக்கு
ஆத்திரத்தில் எடுக்கும் முடிவென முடிவுகள்
வேண்டும்.

நாவால் சுட்டவர்கள் உலறல் நிலையென
தாக நிலையோடு புகையேறி துடிதுடித்து
மாண்டு போதல் வேண்டும்.

உயிர்களை துச்சமென கருதியவர்களுக்கு
ஆலகால முள்வேலியை உயிர் தழுவுகின்ற
வலிகள் வேண்டும்.

இறை மறை மனிதம் முறையற்றவர்களுக்கு
ஐம்புலன்களும் செயலறுந்திடல் வேண்டும்.

பிறப்பு கூறி நகைத்தோர்க்கு நரகத்தை விட
இந்நகரம் மாறிடுதல் வேண்டும்.

கற்றோர் அறிவில் அழிவு புரிந்தவர்களுக்கு
நீர்நிலையில் மூழ்கும் பிணிகள் வேண்டும்.

தன் கணத்தைக் காத்திட சக இனத்தையே
அழித்தவர்களுக்கு மறைகள் கூறும்
மானக்கேடுகள் நிகழுதல் வேண்டும்!

●

97 நைய்ப்புடை

தீயவர் திடுக்கிட வல்ல வினைகளை
ஆற்று.
நல்லவர் வாழ்ந்திட வல்ல அவனியை
ஆற்றுப்படுத்து.

திட்டிக் கொன்ற நாக்கை நையப்புடை.
தாய்மொழியைக் கொன்ற உணர்வை
ஓங்கி உடை.

துரோகம் அமர ஆசையுற்ற இருக்கை
அதனை இல்லையென்று ஆக்கு.
துரோகம் நுழைந்திட இயலாத அரணை
இயற்கை கொண்டு உருவாக்கு.

ஈன்றவள் வயிறு குளிர்ந்திட அனலைத்
தாங்கு.
தாங்கிய நிலம் குளிர அயலாரை நீக்கு.

ஊங்கனோர் உழைப்பு மெய்ப்படவே
மெய் வருத்துக.
பிறங்கடை தேய்பிறை சூல் அறுகவே
பொய் நிறுத்துக.

தாய் மணைணை சேயோனின் குருதி
எனக் கொள்க.
குருதியில் கலப்படம் ஆகின் சேயோன்
சாவான் என்பதை நினைவில் கொள்க!

●

98 தம்பி உறுதிமொழி

மீனின் இரு விழிகளென இமைக்காதிருந்து
கடைவிழி ஒளியால் பகைமையை அறுத்து
போற்றுவோம் நமது தமிழ் இனத்தை.
உகளும் உளுவமென பயத்தைத் துறந்து
சாயும் நெற்கதிராய் வளமையைத் தந்து
ஏற்றுவோம் நமது தீந்தமிழ் நிலத்தை.
கணைகள் கூரென பார்வைகள் பொதிய
வில் அம்புகள் போல் தமிழும் தமிழரும்
ஒன்றாயிணைந்து பகைமையை அழித்திட
ஏற்றுக தமிழ்க்கொடி சிறக்க தமிழ்க்குடி!

அறுபத்துநான்கு ஞானம் அருள் தமிழர் வேதம்.
ஐந்திணையின் வழி வந்த நானிலைகள் பூதம்.
எழுதும் கலைகள் தந்த எழுத்தாற்றும் தேகம்.
தொன்மங்கள் உரைத்த மறைநூலோன் கழகம்.
சாத்திரங்கள் வகுத்த நீதியர்கள் உலகம்.
இலக்கணங்கள் தந்த மொழிவோர் நிலையம்.
முக்கடல் கலக்கும் மூவியல் வாழ்வும்.
உருவங்கள் அளித்த மோகனங்கள் வடிவம்.
அறத்தின் உயிர் மீட்ட இறை நாடியர் நுட்பம்.
சகுனங்கள் நேத்திரங்கள் நல் வழி பயணம்.
தந்திரமற்ற மாயமற்ற மருத்துவக் கணிதம்.
இனியவை பொழியும் இலக்கியப் பாடம்.
ஒலி கொண்டோதிய ஓம்காரமான ரூபம்.
மத்தளங்களின் தாளம்; யாழிசை குழலோதும்.
வில்லாடல் சொல்லாடல் சோதியைப் பெருக்கும்.
கால்நடையேற்றம் மாவீரத்தின் அருவம்.
யாளி களிறேற்றங்கள்,
வளிப் புரவியேற்றங்கள் மற்போர்கள் வீரம்.
இமைப் பார்வை மனப்புலமையைப் பெருக்கும்.
மண்ணியல் போரும் உரிமையர் முழக்கம்.
காதலர்கள் களிப்புறக் கவர்ச்சியல் மயக்கும்.
புணருங்கலையுடன் வசியங்கள் பொழியும்.

மாயமற்ற சக்தியால் கட்டினை விதைத்தோம்.
சூனிய முறையில் விதைத்ததை அறுத்தோம்.
உடல் அணுக்களை நயம்புற வகுத்தோம்.
உயிரின் நிலையை பக்திக்குப் படைத்தோம்.
தீயினைச் சுட்டோம்; நீரினைப் பிளந்தோம்,
வாயுவில் நடந்தோம்; மேகத்தைக் குலைத்தோம்,
பேச்சினைச் சுருக்கி பார்வையை விரித்தோம்.
புண்ணியத் தமிழை தமிழர்கள் நாங்கள்
மறையென புலன்கள் ஐந்தும் நிறைத்தோம்!

●

தொண்டன்

தொண்டு துளையொடு தொண்டு புரிய அவிழ்ந்த சிறுபறை.
தென்புலத்தார் நம்பி வலக்கை ஓங்கிட எழுந்தருளிய இடக்கை.
யாக்கை மேவும் அனல் யாவும் புனலாக நெய்ந்த தடக்கை.
பேரினவாதம் சாக யாழ்ப்பாணம் யாழிசைத்த உடுக்கை.
சலந்தரை எண்ணம் கத்திரிய கூர்வாள் ஆயிடும் துத்திரி.
சோழன் ஏவிய வயம் உகளும் வேகம் பொதித்த திருச்சின்னம்.
எள் சொரினும் சொரியா இருந்தினும் ஒத்த தண்ணுமை.
பெரியபுராணம் பாடிய சேக்கிழன் தால் வரித்த திமிலை.
கணத்தின் குரல்வளை மதுரம் மொழிய ஓதிடும் தாரை.
பெண்ணியத்தின் கண்ணியம் புறத்த பேராண்மை காற்சிலம்பு.
நல்லோர் பூமி ஏர் குத்தி உழவிட பொத்தும் மாரியின் சங்கு.
சுட்டுமொழியை கொண்டு வழிமொழியை அறுத்த தாளம்.
இனவாதப் பேயை ஒட்டிட பெய்யா மாரியென பொழிந்த துடி.
மாண்டோரும் ஆண்டோரும் கைப்பிடியென காட்டும் பறை.
வினைகளைப் புரட்சியாய் வரித்து விதைத்திடும் குழல்.
முடவோராயினும் இனமானம் விதைத்து புரட்சிக் காட்டிய வீணை.
பகைமையின் செவிமடல் அறுந்து விழுக ஊதிடும் கொக்கரை.
இறந்தும் செல்லாத பூச்சிகளை தூலறுக்க எழுந்த மணியோசை.
பூதத்தில் வேதமென்ன வினை ஒத்து ஒலித்த குடமுழா.
ஆறுவகை ஆட்கொணாப் பிணிகளை போக்கிடும் பம்பை.
தென்னவன் தன் நம்பியவனாக இசைந்திடும் யாழ்.
இசையொடு நடனம் கொற்றவை முழி வினையாக்கிய கொட்டு.
கொற்றவன் கொற்றம் போல் ஏது என கொட்டிய முரசு.
சம்பந்தர் திருஞானம் போலொரு தரணியை நனைத்த தமருகம்.
கடலோடு நதி கலந்த உறவென மையலைப் போற்றும் கண்டை.
எம் தலைவர் பிரபாகரன் கீர்த்தி முழங்கு தமிழ்ச் சங்கே!

100 அவதாரம்

சமாதானப் புறாவை சமைத்து உண்டன
சிங்கக் கூட்டங்கள்.
எருமை மறம் காத்த தளபதியை எமன்
தேரேற்றி அழைத்துச் சென்று விட்டான்.
புலிகளின் மறையை ஆட்கொண்டான்
அந்த ஓதுவான்.
வதைக்கப்பட்டான் புலிகளின் தூதுவன்.

பெருவலிகள் தலையிலிருந்து கால்கள்
வரைக்கும் பரவியிருந்தது.
துரோக எரிமலைகள் வெடித்துச் சிதறிக்
கொண்டிருந்தது.
தளபதிகள் அனைவரும் பூமித்தாயின்
மடியில் துயில் கொண்டனர்.
எண்டிசையிலும் எமன் அரண் உயர்ந்து
இருந்தது.

தமிழர்கள் யாவரும் புறநானூறை
படிக்கத் துவங்கினர்.
ஒரு சிலர் அகநானூறை படித்தனர்.
இன்னும் சிலர் கடற்கரைக் காற்று
வாங்கினர்.

நந்திக்கடல் நறுக்கி ஒடுங்கிப் போயிற்று.
ஓவென்று கத்தி அழுதது மூச்சுக்காற்று.
ஓடங்கள் நிரந்தர ஓய்வைக் கொண்டது.
தூரத்து கண்ணீர்த் துளிகள் மழையாய்
பெய்தது.
துன்பம் துவக்குகளை ஏந்தியே சிரித்தது.

சொத்துக்களைப் புதைகுழியில் புதைத்துத்
தொலைத்தனர்.
தோள் மேல் ஏற்றி வைத்து உயரக்காட்டிய
தந்தையை பலிபீடத்தில் விட்டனர்.
மறவர்கள் பூமியில் வாழ்ந்திட இடமளித்த
தலைவனின் தலையை அரிந்தனர்.
உயிர்கள் மனதை உறைவிடம் ஆக்கிய
இறைவன் இயலில் இடியை பாய்ச்சினர்.

வியக்கும் வண்ணம் புனைவுகள்.
தயங்கும் வண்ணம் உண்மைகள்.

ஊருக்குள் புறம் பேசினாலும் அகத்தில்
அது போலில்லை.
சிலைதான் என்று ஐயனை மதியாதார்
ஒருவருமில்லை.

குரங்குகள் மரத்திற்கு மரம் தாவினால்
ஒப்புக் கொள்ளலாம்.
ஆனால்
ஆழியைத் தாண்டினாலதை கற்பனை
என்றே எண்ணலாம்.
அதுபோல்தான் இதுவும்!

செருப்பை
அணிந்தவரும் தைத்தவரும் ஆண்டார்
ஒப்புக் கொள்ளலாம்.
ஆனால்
தேசத்தை ஆண்டது செருப்பு என்றால்
கற்பனை எனலாம்.
அதுபோல்தான் இதுவும்!

அவதாரத்தின் மறைவு இறைவனின்
மறைவல்ல.
அவதரித்த நோக்கம் நிறைவுறாமல்
மறைவது அவருடைய குணம் அல்ல!

●

"தமிழரின் தாகம் தமிழீழத் தாயகம்!"